தமிழர் பண்பாட்டு வரலாறு இன வரலாறு

நவீன ஆய்வு முடிவுகள்

பக்தவத்சல பாரதி

அடையாளம்

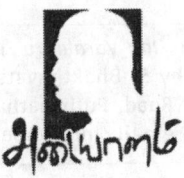

முதல் பதிப்பு 2020
© பக்தவத்சல பாரதி
வெளியீடு: அடையாளம், 1205/1 கருப்பூர் சாலை, புத்தாநத்தம் 621310, திருச்சி மாவட்டம், இந்தியா, தொலைபேசி: 04332 273444
நூல் வடிவம்: த பாபிரஸ், அச்சாக்கம்: அடையாளம் பிரஸ், இந்தியா
ISBN 978 81 7720 320 2
விலை: ₹ 60

Tamilar Panpaattu Varalaaru, Ina Varalaaru is about Cultural and Ethnic History of Tamils in Tamil by S. Bhakthavatsala Bharathi Published by Adaiyaalam, 1205/1 Karupur Road, Puthanatham 621310, Thiruchirappalli District, Tamilnadu, India, email: info@adaiyaalam.net

திருமணமாகி ஒரு மாதத்தில்
விதவையாகி, மறுமணமில்லாமல்
வாழ்வின் பெரும்பகுதியை எங்கள் கல்விக்காக உழைத்த
அத்தை பா. அலமேலு அம்மாள் அவர்களின் தியாகத்திற்கு

பொருளடக்கம்

முன்னியம்பல்	vii
1 **பண்பாட்டு வரலாறு**	1
தொல்லியல் வரலாறு	2
மானிடவியல் வரலாறு	5
2 **இன வரலாறு**	29
முதல் இந்தியர்	35
முதல் விவசாயிகள்	38
முதல் நகரவாசிகள்	40
இறுதி இந்தியர்	41
டோனி ஜோசப் நேர்காணல்	42
3 **பின்னுரை**	50
உசாத்துணை	53

முன்னியம்பல்

வரலாற்றில் பழமை தொன்மமாகிறது; புனிதமாகிறது. அண்மைக் காலத்திய கடந்தகாலம் (contemporary past) அதன் நவீனமாகிறது. பழமையும் நவீனமும் நேர்க்கோடாகவும், அ-நேர்க்கோடாகவும் கருத்தாடல் புரிகின்றன. இவை தீர்வுகளைவிடச் சிக்கல்களை முன்னிறுத்துகின்றன.

தமிழ்ப் பண்பாடு பழமைக்குப் பழமையாய்ப் புதுமைக்குப் புதுமையாய் வரலாறு பேசுகின்றது. அதன் பேசுபொருள் பன்மியப் பட்டுள்ளது. இதனைக் கணக்கிடுகின்ற பண்பாட்டு வரலாறு பொதுச் சொல்லாடலுக்கு வரவேண்டும். இன்றைய மரபணு ஆய்வுகள் வரை நாம் விவாதத்திற்குக் கொண்டுவர வேண்டும். அவற்றை நவீன சொல்லாடலில் அர்த்தப்படுத்த வேண்டும். இந்த நவீன வரலாற்று வரைவியல் புதிய கண்திறப்புகளைக் காட்சிப்படுத்துகின்றது.

இக்குறுநூலை முன்னெடுப்பதற்கான கருவை உண்டாக்கியவர் அன்பிற்கினிய நண்பர் தமிழ்ப் பல்கலைக் கழகத்தின் ஆற்றல்மிகு பேராசிரியர் இரா. காமராசு அவர்கள். கொரோனா காலத்தில் அவர் பல்கலைக்கழகம் சார்ந்து ஆய்வு மேம்பாட்டுப் பணிகளில் ஈடுபட்டிருந்தார். அப்போது இணையவழி உரையரங்கம் ஒன்றையும் ஒழுங்கு செய்திருந்தார். 'தமிழ்ச் சமூக வரலாற்று வரைவியல்' எனும் தலைப்பில் ஐந்து உரைகளைத் திட்டமிட்டிருந்தார். அவற்றில்

'பண்பாட்டு வரலாறு' எனும் பொருண்மையில் செப்டம்பர் 5, 2020 அன்று நான் வழங்கிய உரையிது. பேராசிரியர் இரா. காமராசு பாராட்டுக் குரியவர்; அவருக்கு நன்றிகள்.

இந்தக் குறுநூலில் 'இனவரலாறு' பற்றிய ஓர் இயல் உள்ளது. இந்த இயலை எழுதுவதற்கு வாய்ப்பளித்தவர் அலிகர் முஸ்லிம் பல்கலைக்கழக நவீன இந்திய மொழிகள் புலத்தில் தமிழ்ப் பிரிவில் பணியாற்றும் பேராசிரியர் இரா. தமிழ்ச்செல்வன் அவர்கள். டோனி ஜோசப் எழுதிய ஆதி இந்தியர்கள் (Early Indians, 2018) நூலை இணையவழி நிகழ்வில் 3 செப்டம்பர் 2020 அன்று பேசுமாறு கேட்டுக்கொண்டார். இந்திய மக்களினங்களின் வரலாறு என்ன? சிந்துவெளி மக்கள் யார்? முதலான விவாதங்களுக்கு அண்மைக்கால ஆய்வு முடிவுகள் வழி இந்த நூல் விடையளிக்கிறது. இந்த நூலின் முக்கியத்துவத்தை இந்தக் காலச் சூழலில் நாம் அனைவரும் உணரலாம். இந்தத் தருணத்தில் முனைவர் இரா. தமிழ்ச்செல்வன் அவர்களுக்கு நன்றி தெரிவித்துக் கொள்கிறேன்.

இந்தக் குறுநூலை நேர்த்தியுடன் வெளியிட்டுள்ள அடையாளம் பதிப்புக் குழுவிற்கு நன்றி பாராட்டி மகிழ்கிறேன்.

பாங்கொளத்தூர்
2 நவம்பர் 2020

பக்தவத்சல பாரதி
bharathianthro@gmail.com

1

பண்பாட்டு வரலாறு

பண்பாடு என்பது நமது வாழ்வாகவும், வாழ்வுமுறையாகவும் அமைவது. பண்பாட்டிற்குள் அனைத்தும் சங்கமம் ஆகிறது. இவையெல்லாம் பண்பாட்டிற்குள் வராது என்று சொல்வதற்கு ஒன்றுமில்லை. எல்லாமும் சேர்ந்ததுதான் பண்பாடு.

பண்பாட்டியல் துறை வல்லுநர்கள் பண்பாட்டைப் பல்வேறு முறையில் சிறிய பெரிய பிரிவுகளாகப் பகுத்துக் காண்கிறார்கள். மனித உடல் என்பது ஒரு முழுமை. அதற்குள் நரம்பு மண்டலம், இரத்த மண்டலம், எலும்பு மண்டலம், சீரண மண்டலம் எனப் பல்வேறு பகுதிகள் இருப்பது போல, பண்பாட்டில் இன்னும் பன்மடங்குப் பகுதிகள் உள்ளன. அந்தப் பகுதிகளின் பரஸ்பர கூட்டிணைப்பே, முழுமையே பண்பாடு.

மனித உடல் போன்றதுதான் பண்பாடும். உயிருள்ள உடலையும் பண்பாட்டின் அமைப்பையும் துல்லியமாக உயிரி ஒப்பீடு (organic analogy) மூலம் காணலாம். பண்பாட்டில் குடியிருப்பு, குடும்பம், திருமணம், உறவுமுறை, பொருளாதாரம், சமயம், சடங்குகள், கலைகள், விழாக்கள், உணவு, உடை, அழகியல், புழங்கு பொருட்கள், வழக்காறுகள், இலக்கியம், இசை, போர், பஞ்சாயத்து, கல்வி, தொழில் நுட்பம் என அதன் பகுதிகள்/தளங்கள் விரிந்துகொண்டே செல்கின்றன. இவை அனைத்தும் பரஸ்பரம் கூட்டிணைந்து இயங்குவதே பண்பாடு.

பண்பாட்டு வரலாறு பற்றிய தீவிர பரிசீலனை அதிகம் வளரவில்லை. பண்பாடுகளின் பயணமே அதன் வரலாறாகும். இந்தப் பயணத்தில் காலம், இடம், நிகழ்வுகள் இந்த மூன்றும் கருப் பொருள்கள். இவற்றில் கண்ணுக்குப் புலனாகின்ற 'பருப்பொருள்

பண்பாடும்' (tangible culture) உண்டு. கண்ணுக்கு புலனாகாத 'மறைபொருள் பண்பாடும்' (intangible culture) உண்டு. இரண்டும் ஒன்றையொன்று சார்ந்தே வரலாறாகின்றன.

பண்பாட்டு வரலாற்றில் நேர்க்கோட்டுத்தன்மை ஒருபுறமும், சுழற்சித்தன்மை (cyclical) மறுபுறமும் பேசுபொருளாகின்றன. பிறப்பு முதல் இறப்பு வரையிலான தொடர் இயக்கம் நேர்க் கோட்டிற்குரியது. காலவெளியில் மீண்டும் மீண்டும் நிகழ்தல் சுழற்சிக்குரியது. வாழ்வு, சமூகம், பண்பாடு ஆகிய மூன்றுக்கும் இந்த இரண்டு வரலாற்றியல் போக்குகளும் பொருந்தக்கூடியவை. நேர்க்கோடும் சுழற்சியும் இயங்கியலில் பரிவர்த்தனைக் கூறுகளே.

பண்பாட்டு வரலாற்றில் தொன்மங்கள், புராணங்கள், பழங் கதைகள், இதிகாசங்கள், காப்பியங்கள் எனப் பலவும் வந்து சேரும். தொன்மமும் வரலாறும் ஒன்றல்ல. இவ்வாறே மற்ற வகையினங் களையும் காணவேண்டும். இவையெல்லாம் வரலாற்றோடு ஊடாடுகின்றன. பண்டைய பனுவல்கள் எல்லாம் வரலாற்றின் பரிமாணங்களாகிவிடுகின்றன. கால, இட, நிகழ்வுகளை அவை அர்த்தப்படுத்துகின்றன. வரலாறு வெறும் நிகழ்வுகள் மட்டுமல்ல. வாழ்வியலைச் சொல்கிறது; முரண்பாடுகளைச் சொல்கிறது; வாழ்வதற்கான அர்த்தங்களைச் சொல்கிறது.

இந்தப் பின்புலத்தில் தமிழ்ச் சமூகத்தின் பண்பாட்டு வரலாற்றைப் பின்வரும் பகுதிகளில் காண்போம்.

தொல்லியல் வரலாறு

மனிதகுலமானது அது தோன்றி, வளர்ந்து, இன்று நிலைத்துவிட்ட சூழலில் அதன் வரலாற்றுப் போக்குகளை முன்வைத்துப் பின்வரும் பண்பாட்டு வரலாற்றை இனங் காணலாம்.

1. பழங்கற்காலப் பண்பாடு (Palaeolithic culture)
2. இடைக்கற்காலப் பண்பாடு (Mesolithic culture)
3. புதிய கற்காலப் பண்பாடு (Neolithic culture)
4. பெருங்கற்படைக்காலப் பண்பாடு (Megalithic culture) அல்லது இரும்புக்காலப் பண்பாடு (Iron-age culture)
5. செப்புக்காலப் பண்பாடு (Chacolithic culture)
6. வெண்கலக்காலப் பண்பாடு (Bronze age culture)

7. வரலாற்றை ஒட்டிய காலப் பண்பாடு (Proto-historic culture)

பண்டைய மனிதர்கள் கண்டறிந்து பயன்படுத்திய கற்கருவிகள், உலோகக் கருவிகள் ஆகியவற்றின் தொழில்நுட்பத்தைக்கொண்டு மேற்கூறிய காலப் படிநிலைகள் ஒன்றையடுத்து ஒன்றாக வருகின்றன. இந்தக் கருவிகளின் தொழில்நுட்பமும் பயன்பாடும் வாழ்வியல் முறையில் வேறுபாடுகளைத் தோற்றுவித்தன. கருவிகளின் அடிப்படையில் இந்தப் பண்பாட்டுப் படிநிலைகள் அமைகின்றன.

மேற்கூறிய கற்காலங்களில் பழங்கற்காலம், இடைக்கற்காலம் ஆகிய இரண்டிலும் முறையே மும்மூன்று உட்பிரிவுகளைக் காணலாம். அவை:

பழங்கற்காலம்

1. *பழைய பழங்கற்காலம்:* 5,00,000-2,50,000 ஆ.மு.* (lower palaeolithic period): கைக்கோடரி (handaxe), நீண்ட கோடரி (lanceolate), நீள்வட்ட கைக்கோடரி (ovate handaxe), கல்லாலான வெட்டுக்கருவி (chopper) முதலான கருவிகள் பயன்படுத்தப்பட்ட காலமிது.

2. *இடை பழங்கற்காலம்:* 2,50,000-30,000 ஆ.மு.(middle palaeolithic period): பிளப்பான் (cleaver), செதுப்பான் (scrapper) முதலான கற்கருவிகள் பயன்படுத்தப்பட்ட காலமிது.

3. *கடை பழங்கற்காலம்:* 30,000-10,000 ஆ.மு. (upper palaeolithic period): கிழிப்பான் (blade), எரிஈட்டி (harpoon), கட்டியக்கோல் (banton) முதலான கருவிகள் பயன்படுத்தப்பட்ட காலம்.

இடைக்கற்காலம்

1. *பழைய இடைக்கற்காலம்:* 10,000-8,000 ஆ.மு. (lower mesolithic period): வெட்டுக் கருவிகள் (blades), சீவிகள் (flakes), ஒருபக்க சுரண்டிகள் (end scrappers) முதலான கருவிகள் பயன்படுத்தப் பட்டன.

2. *இடை இடைக்கற்காலம்:* 8,000-6,000 ஆ.மு. (middle mesolithic period): சுரண்டிகள் (scrapper), இருபக்க முனைக் கருவிகள் ஏற்பட்ட காலமிது.

* ஆ.மு.—ஆண்டுகளுக்கு முன்பு

3. கடை இடைக்கற்காலம்: 6,000-4,000 ஆ.மு. (upper mesolithic period): துளையிடும் கருவிகள் (borers), அம்பு முனைகள் (arrow heads), செதுக்குக் கருவிகள் (burins) முதலானவை செய்யப்பட்ட காலம்.

புதிய கற்காலம்

புதிய கற்காலம்: 4,000-1,800 ஆ.மு. (neolithic period): புதிய கற்காலத்தில் மெருகூட்டப்பட்ட, வழவழப்பான கற்கருவிகள் (polished stone tools) செய்யப்பட்டன. இந்தக் கற்கருவிகள் இடைக் கற்காலத்தின் தொடர்ச்சியாக அளவில் சிறிய கருவிகளாகவும் இருந்தன. வழவழப்பான கைக்கோடரி (celt), மழுங்கிய கருவி (mace-head) முதலானவை மிகுதியாகப் பயன்பட்டன. மட்கலன்களும் செய்யப்பட்டன.

பெருங்கற்படைக்காலம்: 1,500-500 ஆ.மு. (megalithic period) இக்கால கட்டத்தில் இரும்பின் பயன்பாடு கண்டறியப்பட்டது. இறந்தவர்களைப் பதுக்கைகளிலும், கல்திட்டைகளிலும் (dolmen), தாழிகளிலும் (urn) புதைக்கும் வழக்கம் ஏற்பட்டது. கல்வட்டம் (cairn circle) அமைக்கும் வழக்கமும் ஏற்பட்டது.

மேற்கூறிய ஒவ்வொரு காலத்திலும் மக்கள் பயன்படுத்திய கருவிகளின் தன்மை என்ன? அவற்றை எதற்காகச் செய்தார்கள்? எந்த முறையில் செய்தார்கள்? கருவிகளின் திறன் என்ன? முதலான வினாக்கள் கற்கருவிகளின் தொழில்நுட்ப வளர்ச்சியைக் காட்டு கின்றன. அதனூடாகக் கற்கால மக்களின் வாழ்வு முறையில் ஏற்பட்ட வளர்ச்சியையும் காணலாம். (கூடுதல் விவரங்கள் பின்வரும் 'மானிடவியல் வரலாறு' பகுதியின் தொடக்கத்தில் காணலாம்).

தமிழகத்தில் பழங்கற்காலம் தொடங்கிப் பெருங்கற்படைக்காலம் (megalithic period) வரை ஆதி மக்கள் வாழ்ந்த இடங்கள் 130க்கும் அதிகமாகக் கண்டுபிடிக்கப் பட்டுள்ளன. ஆதிச்சநல்லூர், அத்திரம் பாக்கம், பையம்பள்ளி, காஞ்சிபுரம், உறையூர், கொடுமணல், பொருந்தல், அழகன்குளம், அனுப்பனாடி, அரிக்கமேடு, மங்களம், மாங்காடு, புலிமான்கோம்பை முதலான இடங்களில் பல்வேறு வகையான கருவிகள் கிடைத்துள்ளன.

இனி, மானிடவியல் அடிப்படையிலான பண்பாட்டு வரலாற்றைக் காண்போம்.

மானிடவியல் வரலாறு

அமெரிக்க மானிடவியலின் தந்தை லூவி ஹென்றி மார்கன் (1818-1881). இவர் புராதனச் சமூகம் (Ancient Society, 1877) எனும் ஆய்வில் பண்பாட்டுப் படிமலர்ச்சி (cultural evolution) நிலைகளை மிக நுட்பமாக ஆராய்ந்தார். ஒவ்வொரு நிலையிலும் ஏற்பட்ட நுண்ணிய வளர்ச்சி நிலைகளை உட்பகுப்புகளாகவும் இனங்கண்டு விளக்கினார். மனித குலத்தின் மிக நீண்ட படிமலர்ச்சிப் போக்கில் விலங்காண்டி நிலை (savagery), காட்டாண்டி நிலை (barbarism), நாகரிகம்

படிமலர்ச்சி நிலை	தொழில்நுட்ப நிலை
I. விலங்காண்டி நிலை	
அ. கீழ்நிலை விலங்காண்டி நிலை (lower savagery)	பழங்களும் கொட்டைகளும் பிழைப்பாதாரங்களாய் இருந்தன.
ஆ. நடுநிலை விலங்காண்டி நிலை (middle savagery)	மீன், நெருப்பு ஆகியன பிழைப்பாதாரங்களாய் இருந்தன.
இ. உயர்நிலை விலங்காண்டி நிலை (upper savagery)	அம்பும் வில்லும் வாழ்க்கைத் தொழிலில் ஈடுபடுத்தப்பட்டன.
II. காட்டாண்டி நிலை	
அ. கீழ்நிலைக் காட்டாண்டி நிலை (lower barbarism)	கலை, மட்பாண்டங்கள் செய்யும் முறை ஏற்பட்ட காலம்.
ஆ. நடுநிலைக் காட்டாண்டி நிலை (middle barbarism)	பழைய உலகத்தில் (old world) விலங்குகள் வளர்த்தலும் புத்துலகில் (new world) மக்காச்சோளம் விளைவித்தல், நீர்ப்பாசன முறை, கற்களைக் கொண்டு கட்டடங்கள் கட்டுதல் முதலானவையும் மேற்கொள்ளப்பட்டன.
இ. உயர்நிலைக் காட்டாண்டி நிலை (upper barbarism)	இரும்புக் கருவிகள் செய்யப்பட்டன.
III. நாகரிகம் (civilization)	ஒலிசார் நெடுங்கணக்கும் (phonetic alphabet) எழுத்து முறையும் கையாளப்பட்டன.

எனும் மிக முக்கியமான, பருநிலையான மூன்று படிமலர்ச்சி நிலைகளை முன்வைத்தார். முதலிரண்டு நிலைகளில் ஏற்பட்ட நுண்நிலைகளையும் பகுத்துக் காட்டினார். அவை மேலே கூறப்பட்ட அட்டவணையில் உள்ளன.

மார்கன் முன்வைத்த பண்பாட்டுப் படிமலர்ச்சியில் ஒவ்வொரு படிநிலையும் ஒரு புதிய தொழில்நுட்பத்தைக் காட்டுவதால் இவரது கோட்பாடு பொருள்முதல்வாதத்தை மறைமுகமாகச் சார்ந்துள்ளது எனலாம்.

மார்கன் கண்ட பண்பாட்டுப் படிமலர்ச்சி பருநிலையிலானது. மூன்று முக்கிய கட்டங்களையே அது காட்டுகிறது. இன்றைய மானிடவியல் அதன் தொடர்ச்சியைப் பின்வருமாறு முன்மொழிகிறது.

1. புராதனப் பண்பாடு (Primitive culture)
2. பழங்குடிப் பண்பாடு (Tribal culture)
3. உழுகுடிப் பண்பாடு (Peasant culture) *(வேளாண்குடிப் பண்பாடு, ஊரகப் பண்பாடு என்ற வழக்குகளும் உண்டு)*
4. நகரப் பண்பாடு (Urban culture)
5. காலனியப் பண்பாடு (Colonial culture)
6. தொழில்துறைப் பண்பாடு (Industrial culture)
7. பின்தொழில்துறைப் பண்பாடு (Post-industrial culture)
8. பின்காலனியப் பண்பாடு (Post-colonial culture)
9. பின்நவீனத்துவப் பண்பாடு (Post-modern culture)

இந்த ஒன்பது பண்பாட்டுப் படிநிலைகளையும், அவை சார்ந்த வரலாற்றுக் குறிப்புகளையும் அறியும் வகையில் 14 மிக முதன்மை யான கருத்தினங்களைக் காண்போம். இவை தமிழ்ப் பண்பாட்டு வரலாற்றின் மிக முக்கியமான நிலைக் களங்களாக உள்ளன.

1. புராதனமும் பண்பாட்டு வரலாறும்

இங்கிலாந்து மானிடவியலின் தந்தை இ.பி. டைலர் *(1832-1917)*. இவர் மனித குலத்தின் ஆரம்பகாலப் பண்பாட்டைப் 'புராதனப் பண்பாடு' என்று முன்மொழிகிறார். இந்தக் கருத்தாக்கத்தின் அடிப்படையில் உலகளாவிய புராதனப் பண்பாடுகளை மையப்படுத்தி 1871இல் புராதனப் பண்பாடு (*Primitive Culture*, 1871) எனும் தலைப்பில் இரண்டு தொகுதிகளை எழுதினார். புராதனப் பண்பாடுகளின்

செவ்வியல் நூலிது. பிரேசர் பன்னிரண்டு தொகுதிகளாக எழுதிய தங்கக் கிண்ணம் (*The Golden Bough: A Study in Magic and Religion*, 1890) நூலையும் இதனுடன் இணைத்துக் கொள்ளலாம். புராதனப் பண்பாட்டின் தொன்மையையும், பரவலையும், தொடர்ச்சியையும் இந்த நூல்கள் பேசுகின்றன. இத்தகைய புராதன இனக்குழு மக்கள் இன்று அருகிவிட்டார்கள்; அற்றுப் போய்விட்டார்கள் என்றே சொல்லலாம்.

பண்பாட்டு வரலாற்றில் 'தேசம்' பற்றிய கருத்தாக்கம் மிக முக்கியம். புராதன இனக்குழு மக்களுக்குத் தேசமில்லை. நிலம், நீர், காடு, மலை என எதனையும் அவர்கள் சொந்தம் கொண்டாடுவதில்லை. 'இது என்னுடையது' என்று எதனையும் எல்லையிடுவதில்லை. 'நாம் ஒரு தேசத்தில் வாழ்கிறோம்' என்ற உணர்வைக்கூடக் கொண்டிருக்க மாட்டார்கள். அவர்கள் வாழும் தேசத்தை 'இறைவனின் தேசம்' என்பார்கள்; 'இயற்கையின் தேசம்' என்பார்கள்.

இனக்குழு மக்கள் படு சுதந்திரமான, மிக எளிமையான, உடைமையற்ற வாழ்வைக் கொண்டவர்கள். 'உலகமே குழந்தையாக இருக்கின்றது' என்று எண்ணுபவர்கள். புராதனப் பொதுவுடைமையின் சிந்தனை முறையிது. பண்பாட்டு வரலாறு இங்கிருந்தே தொடங்கப்பட வேண்டும்.

இத்தகைய தொடக்க நிலையானது உலகம் முழுவதும் புராதனத் தொல்குடிகளிடம் காணப்பட்டது. ஆனால் சங்ககாலத்தில் சீறூர் மன்னர்கள், முதுகுடி மன்னர்கள், குறுநில மன்னர்கள் உருவான பின்னர் அந்தத் தொல்குடிகள் 'நாடு' எனும் பரப்பிற்குள் அடையாளப் படுத்தப்பட்டனர். தமக்கு ஒரு மன்னன்/தலைவன் இருக்கிறான் என்ற எண்ணத்தை ஏற்றுக்கொண்டனர்.

2. தாய்த்தாயமும் பண்பாட்டு வரலாறும்

பண்பாட்டு வரலாற்றின் தொடக்கப் புள்ளி மிக முக்கியமானது. அதில் அந்தப் பண்பாட்டின் தொன்மை எப்படிப்பட்டது என்பதை இனங்காணுதல் முதல்படி. அந்தத் தொன்மை எவ்வாறு தொடர்ந்து கொண்டிருக்கிறது என்பதை இனங்காணுதல் இரண்டாம்படி.

தமிழர்களின் தொன்மை பழங்கற்காலம் தொடங்கிப் புதிய கற்காலம், பெருங்கற்படைக் காலம் ஊடாக, அடுத்தடுத்த காலகட்டங்களில் தொடர்ந்து வந்து கொண்டிருந்ததைக் காண்கிறோம். பெருங்கற்படைக்

காலத்தில் இறந்தவர்களைப் பூமிக்கடியில் கற்பதுக்கைகளிலும், தாழிகளிலும் புதைக்கும் முறை தனித்துவமானது; மிகப் பழமை யானது. இது திராவிடப் பண்பாட்டின் அடித்தளங்களில் ஒன்று (ராஜன், கா. 2004: 8).

அடுத்து, தொடர்ச்சி பற்றிக் காண வேண்டும். தொடர்ச்சியைப் பொருத்தவரை தமிழ்ப் பண்பாடு எந்த ஒரு கால கட்டத்திலும் அறுபடாமல் வந்து கொண்டிருக்கிறது. நீண்ட, நெடிய, அறுபடாத தொடர்ச்சியைக் கொண்டிருக்கிறது.

தொல்லியலுக்கடுத்துப் பண்பாட்டு ரீதியில் இன்னுமொரு மிக முக்கியமான அளவுகோல் உள்ளது. அது தாய்வழிச் சமூகம் பற்றியதாகும். சங்ககாலத்திலேயே தமிழர்கள் தாய்வழிச் சமூகத்தவராக இருந்துள்ளனர். இன்று ஐந்து முக்கிய திராவிட மொழிச் சமூகத்தார் இருந்தாலும், தமிழ்மரபில் மட்டுமே தாய்வழிச் சமூக முறை இருந்தது; இன்றும் இருக்கிறது. தமிழ் மண்ணிலும், பண்டைய சேரர் தேசத்திலும் (இன்றைய கேரளம்) மருமக்கள்தாய முறை இருந்தது. பண்டைய துளு நாட்டில் அது அளிய சந்தான முறையாக இருந்தது. இம்மூன்று பகுதிகளிலும் இன்றும் அதன் மெல்லிய தொடர்ச்சி உள்ளது. ஆந்திராவிலும் கர்நாடகத்திலும் இந்த முறை இல்லை. ஈழத்தில் மட்டக்களப்பில் 'குடி' எனும் நிலையில் உள்ளது (தில்லைநாதன், ஞா. 2005).

ஆக, மனிதகுல வரலாற்றில் ஆதியில் தோன்றிய தாய்வழிச் சமூக முறை தென்னிந்தியச் சமூகங்களில், அதிலும் குறிப்பாகத் தமிழ் மரபுக்குட்பட்ட நிலையில் காணலாம் (விரிவுக்குக் காண்க: தமிழர் மானிடவியல், 2019). இதுவே பண்பாட்டு வரலாற்றில் முதல் கட்டம்; முக்கிய கட்டம். மனித குலத்தின் பண்பாட்டு வரலாற்றை உலகின் எந்தப் பகுதியிலிருந்து எழுதினாலும் தாய்வழி மரபு எனும் இந்தப் புள்ளியில் இருந்துதான் தொடங்க வேண்டும்.

தென்னிந்தியாவில் இன்று ஐந்து முக்கிய மொழிகள் பேசுவோர் இருந்தாலும், இந்தத் தாய்வழிச் சமூக முறை தமிழ் மரபுக்குரியதாக இருப்பதை இங்குக் கவனத்தில் கொள்ள வேண்டும்.

3. சமூக விரிவாக்கமும் பண்பாட்டு வரலாறும்

சங்க காலம் ஐந்திணைகளால் ஆனது. ஒவ்வொரு திணையிலும் 4-5 நிலைகுடிகள் தொழிற்பட்டிருந்தனர். ஐந்திணைகளிலும் சேர்த்து

இந்தக் குடிகளின் மொத்த எண்ணிக்கை 20-25 மட்டுமே. இந்த நிலைகுடிகளை நம்பி அலைகுடிகளாகிய பாண் சமூகத்தார் கலைச் சேவை செய்து வந்தனர். பாண் சமூகத்தாரின் எண்ணிக்கையும் ஏறக்குறைய 20-25 சமூகங்களாக இருந்தன. சங்ககாலம் வீரயுகக் காலமாகும். இதற்காக உருவானதே பாண் சமூகமாகும். இது நிலை குடிச் சமூகத்துக்கு ஏற்ப ஒரு துணைச் சமூக அமைப்பாக (para-social system) உருவாக்கம் பெற்று, அசைவியக்கம் கொண்டிருந்தது (பக்தவத்சல பாரதி 2015).

ஆக, சங்க காலத்தில் வாழ்ந்த 20-25 நிலைகுடிகள் நீண்ட காலகதியில் இன்று 209 அகமணச் சமூகங்களாக விரிவு பெற்றுள்ளன. அதாவது, 10 மடங்கு விரிவை அது கண்டிருக்கிறது. இந்தியாவின் சமூக அசை வியக்கத்தைவிட இதன் வீதம் அதிகமாகும். 20 குடிகள் 200 குடிகளாக விரிந்துவிட்ட விரிநிலைப் படிமலர்ச்சியையும், அதில் தொழிற்பட்ட பிற அசைவியக்கங்களையும் விளக்கும் ஆய்வுகள் இதுவரை நம்மிடமில்லை. சங்ககால அலைகுடிகளாகிய பாண் சமூகத்தார் ஏறக்குறைய அதே அளவில் இன்று நாடோடிச் சமூகங்களாக உள்ளனர்.

சங்க காலம் தொடங்கி எந்தெந்தக் காலகட்டங்களில் எந்தெந்தச் சமூகங்கள் பிரிந்து, விரிந்து, அவை தனிப்பட்ட அகமணச் சமூகங்களாக மாறின என்பது பற்றிய புரிதல் நம்மிடம் இல்லை. பண்பாட்டு வரலாற்றில் இது ஒரு மிகப்பெரிய வெற்றிடம் ஆகும். இதனை இன்றைய தலைமுறை ஆய்வாளர்கள் பல்துறை நோக்குடன் ஆராய வேண்டும். பண்பாட்டு வரலாற்றை எழுத வேண்டுமானால் 20 சமூகங்கள் 200 சமூகங்களான கதையை நாம் கண்டறிய வேண்டும்.

4. பண்பாட்டு வரலாறும் அனைத்திந்தியமும்

இந்தியா பண்பாட்டுப் பன்மியம் மிகுந்த நாடு. மதம், மொழி, இலக்கியம், உணவு, உடை, மருத்துவம் என எல்லாவற்றிலும் ஒவ்வொரு மொழிப் பிரதேசமும் வேறுபட்டு நிற்கின்றது. இங்கு ஒற்றுமைகளைவிட வேற்றுமைகளே அதிகம்.

ஆனால் ஓர் அபூர்வமான அனைத்திந்தியம் (pan-Indianism) எல்லா பகுதிகளையும் தன்வயப்படுத்திக் கொண்டது. அது எப்படி ஏற்பட்டது? என்பது வியப்பாகவும் புதிராகவும் உள்ளது. அதுதான் சாதிமுறை. காஷ்மீர் முதல் குமரி வரை சாதி எல்லா இடத்திலும் ஒரே மாதிரி வியாபித்துவிட்டது. வேதத்தில்தான் இதன் தோற்றம்,

பழமை உள்ளன. அங்கிருந்தே அது கொரோனா போல் பரப்பப் பட்டது.

சாதியத்தில் நல்லவையைவிட அல்லவை அதிகம். படிநிலை, தூய்மை-தீட்டு, வழங்குதல்-பெறுதல், ஒதுக்குதல், ஒடுக்குமுறை, தீண்டாமை முதலானவை அதன் கொடூர முகங்களாகும். இந்தியா முழுமையும் சாதி இன்றும் பரவி நிற்கிறது. இந்தியச் சமூகத்தைச் ‘சாதியச் சமூகம்’ என்றும், இந்தியப் பண்பாட்டைச் ‘சாதியப் பண்பாடு’ என்றும் சமூகவியலர்களும் மானிடவியலர்களும் தனிப்பெரும் பண்பாகப் பேசுவார்கள். உலகிலேயே இந்தியாவில்தான் மிகவும் சிக்கலான சாதி முறை உள்ளது.

தமிழ்ப் பண்பாட்டில் இந்த அனைத்திந்தியப் பண்பு சங்ககாலத்தின் பிற்பகுதியிலிருந்தே காணப்படுகிறது. தமிழ்ப் பண்பாட்டு வரலாற்றைப் பேசும்போது, வரலாறு நெடுகிலும் சாதியத்தையும் ஒரு கூறாகக் கொண்டு பேச வேண்டியுள்ளது. இங்குச் சாதி தவிர்த்த பண்பாட்டு வரலாறில்லை.

தமிழ்ச் சமூகத்தில் சாதியம் வேரூன்றுவதற்கு முன்னர் அது ‘குடி’ சமூகமாகவே இருந்தது. சாதியத்தின் ஒரு பண்புகூட அதில் இல்லை. அது அச்சு அசலான இந்த மண்ணிலேயே தோன்றிய இயல்முறை வளர்ச்சியாக (orthogenic development) இருந்துவந்தது.

மருதத் திணையில் நீர்ப்பாசன வேளாண்மை நாகரிகம் உருவாக்கம் பெற்ற காலத்தில், அங்கு வேந்தர் ஆட்சி முறை தோன்றிய காலத்தில் கைவினைக் குடிகளின் பெருக்கம் (craft specialization) தோன்றியது. அப்போது, 33க்கும் மேற்பட்ட கைவினைக் கலைஞர்கள் உருவாக்கம் பெற்றார்கள்.

அப்போதுகூட அது சுற்றுவட்டச் சமூகமாகவே (circular society) இருந்தது. வேந்தரைச் சுற்றியும் இந்த 33 குடிகள் தொழில் செய்து கொண்டிருந்தனர்.

... ...

வேல் வடித்துக் கொடுத்தல் கொல்லர்க்குக் கடனே!
தண்ணடை நல்கல் வேந்தர்க்குக் கடனே!
களிறு எறிந்து பெயர்தல் காளைக்குக் கடனே! (புறம். 312)

பிற்காலத்தில்தான் அந்தக் குடிகள் செங்குத்துப் படிநிலைச் சமூகமாக வடிவெடுத்தன. நிலமானியமும் முடியாட்சி முறையும் வலுப்பெற்ற

சூழலில், பிராமணர் ஆதிக்கம் வேந்தர்களால் அங்கீகரிக்கப்பட்ட சூழலில் சுற்றுவட்டச் சமூகம் செங்குத்துப் படிநிலைச் சமூகமாக மாற்றம் பெற்றது (விரிவுக்குக் காண்க: *சாதியற்ற தமிழர்-சாதியத் தமிழர்: சாதிக்கு முந்தைய பிந்தைய தமிழ்ச் சமூகம், 2018*).

ஆனால் இந்தத் தேசத்தின் பூர்வகாலப் பண்பாட்டு வரலாறு சில தொன்மங்களை மீள நினைவூட்டிக் கொண்டே உள்ளன. 'பாப்பானுக்கு மூப்பன் பறையன்' என்பதும், பிராமணர்கள் ஒரு கணம் 'மத்தியானப் பறையர்' ஆவதும், பிராமணர்களுக்கு எப்படிப் பூணூல் வந்தது என்பதைக் கூறும் பீகார் மாநிலத் தொல்குடியான தூரி குடியின் தொன்மமும் இத்தேசத்தின் பண்பாட்டு வரலாற்றில் அழிக்க முடியாத சான்றுகளாக விளங்குகின்றன. அவை யாவும் பண்பாட்டு வரலாற்றின் மூடி மறைந்த பகுதிகளாக மாறிவிடக் கூடாது (பக்தவத்சல பாரதி 2017: 25-32).

தமிழகத்தில் அடித்தளச் சாதிகளின் தொன்மங்களைப் பண்பாட்டு ஆய்வாளர்கள் பலர் ஆராய்ந்திருக்கின்றனர். பிரெஞ்சு மானிடவியலர் இராபர்ட் டெலீஜ் தம்முடைய *தீண்டத்தகாதார் உலகம்: தமிழகப் பறையர்கள் (The World of the 'Untouchables': Paraiyars of Tamilnadu, 1997)* எனும் நூலில் எவ்வாறு பறையர்களும் பிராமணர்களும் சமூகத் தகுதியில் தலைகீழாக்க நிலைகளை அடைந்தனர் என்பதை ஆறு வகையான தொன்ம வடிவங்களைக் கொண்டு ஆராய்கிறார் (மேலது: 127-36). தென் தமிழகத்தில் பிராமணர் திருமணங்களில் ஆவாரஞ் செடிக்கு 'அண்ணன் வரிசை' வைக்கும் சடங்கு பறையர்களான அண்ணன்மாருக்கு வைக்கும் வரிசை என்பதை இன்றும் நினைவு படுத்துகிறது என்கிறார் டெலீஜ் (மேலது: 1997: 131).

செங்கல்பட்டுப் பகுதியில் எண்டாவூர் கிராமத்து அடித்தள மக்களின் தொன்மங்களைக் கொண்டு மைக்கேல் மொஃபாத் (1979) ஆராய்ந்துள்ளார். அங்கு வாழும் சங்குப் பறையர்களின் பின்வரும் பாடலைப் பதிவு செய்கிறார்.

நானே முதலில் பிறந்தவன்
நானே பூணூலை முதலில் அணிந்தவன்
நானே சங்குப் பறையன் (மொஃபாத் 1979: 123)

கொச்சின் சாதிகளும் பழங்குடிகளும் (The Tribes and Castes of Cochin, 1981 (1909-12) எனும் நூல்வரிசையில் அனந்த கிருஷ்ண ஐயர் பறையர்களை 'மூத்த பிராமணர்கள்' (Elder Brahmans)

என்று அழைக்கும் வழக்கத்தைப் பதிவு செய்துள்ளார் (ஐயர் 1981, 1: 69).

தமிழகத்தில் கோயில் பிராமணர்கள் தாம் அடைந்த தீட்டின் காரணமாக ஒரு கணம் 'மத்தியானப் பறையர்' ஆக மாறுவதைத் தொ. பரமசிவன் தம் பண்பாட்டு அசைவுகள் (2001: 65) நூலில் குறிப்பிடுகிறார்.

தமிழக அருந்ததியர்கள் பற்றிய தொன்மங்களை அருட்தந்தை மாற்கு ஆராய்ந்துள்ளார். இந்தத் தொன்மங்களிலும்கூடப் பிராமணர்-பறையர் போன்று கம்பளத்தாருக்கும் (உயர்சாதி) அருந்ததியருக்கும் (கீழ்ச்சாதி) இடையே நடந்த ஏமாற்றுதலின் தலைகீழாக்கத்தைக் காண்கிறோம் (மாற்கு 2001: 20-45). முரசுப் பறையர் குறித்த விரிவான ஆய்வைச் செய்திருக்கும் தொல்லியல் அறிஞர் தி. சுப்பிரமணியன் (2017) மேற்கூறிய தொன்மங்களின் தொடர்ச்சியைக் காட்டுகிறார்.

இத்தரவுகளும் விவாதங்களும் இந்தத் தேசத்தின் பூர்வகுடிகளின் இன வரலாற்றையும் (ethnohistory)) அவர்களின் பெறுமானத்தையும் காட்டுகின்றன. ஒரு தேசத்தின் பூர்வ குடிகளின் முழுமையான வரலாறு பண்பாட்டு வரலாற்றில் பிரதிபலிக்கப்பட வேண்டும். பண்பாட்டு வரலாற்றின் வேர்களே பூர்வ குடிகள்தாம்.

5. ஆரியமயமாதல், திராவிடமயமாதல், பண்பாட்டு வரலாறு

இந்திய, தமிழகச் சூழலில் ஆரியமும் திராவிடமும் அருகருகே பல நூறு ஆண்டுகள் தொழிற்பட்டுள்ளன. இந்த இரண்டும் பழைமைக்குப் பழைமையாய், பன்மைக்குப் பன்மையாய் இருந்து வருபவை. இருந்தாலும் ஆரியப் பண்பாட்டின் வரலாறும், திராவிடப் பண்பாட்டின் வரலாறும் ஒன்றல்ல. இரண்டும் நெருக்கமாக உறவாடின; தாக்கம் பெற்றன; கொண்டு கொடுத்தல் செய்தன; பல தருணங்களில் பண்பாட்டு இசைவாக்கம் (cultural assimilation) செய்து கொண்டன.

இத்தகைய பண்பாட்டு ஒத்திசைவாக்கத்தால் இரண்டு மனைவி சாமிகள் உருவாகின. முருகனுக்கு வள்ளி-தெய்வானை இருவரும் மனைவியர் ஆனார்கள். இவ்வாறே சீதேவி-பூதேவி, மீனாட்சி-செல்லத்தம்மன், பூரணி-பொக்கிலை, பாப்பாத்தி-செட்டிப் பெண் போன்ற இன்னும் சில மனைவியர் இரண்டு மனைவி

சாமிகளானார்கள். ஆரியமும் திராவிடமும் பண்பாட்டு இசைவாக்கம் பெற்றுவிட்டதற்கு இந்தத் தேவகணங்கள் சாட்சிகளாக நிற்கின்றன (நாராயணன், எம். ஜி. எஸ். 1987).

தொல்காப்பியத்திலேயே வைதீகத் தாக்கம் காணப்படுகிறது. சங்க காலத்தின் நடுப்பகுதியிலிருந்தே ஆரியமயமாதல் ஒரு தொடர் நிகழ்வாக இருந்துள்ளது. இது பண்பாட்டு ஊடுபரவலைச் சாத்தியமாக்கியது.

வைதீகம் வேத மதமாகும். வட இந்தியாவில் வாழ்ந்த திராவிட மக்களோடு அருகருகே வாழ்ந்த ஆரியர்கள் காலப்போக்கில் திராவிட மொழி, பண்பாடு, தெய்வங்கள் முதலானவற்றைத் தழுவிக் கொண்டார்கள். அவ்வாறே, சங்ககால மன்னர்கள் ஆரியர்களின் வேள்வி யாகச் சடங்குகளில் பித்து கொண்டனர். 'ராஜசூயம்' எனும் நீண்ட யாகங்களைச் செய்யுமாறு பார்ப்பனர்களை உடன் வைத்துக் கொண்டனர்.

தமிழ்ப் பண்பாட்டில் பார்ப்பனர்கள் உருவாக்கிய பாரதூரமான மாற்றங்கள் பண்பாட்டு மாற்றத்துக்கு இட்டுச் சென்றது. அதுவரை இயல்முறை வளர்ச்சியில் (endogenous development) சென்று கொண்டிருந்த தமிழ்ப் பண்பாடு, ஆரியர்களின் வரவால் அயல்முறை வளர்ச்சிக்கு (exogenous development) ஆட்பட்டது. கி.பி.600 வரை மந்த கதியில் இருந்த வைதீகம் கி.பி.7ஆம் நூற்றாண்டில் சைவத்துடன் இணைந்து ஒரு புதிய வேகத்துடன் பரவத் தொடங்கியது (நடராசன், தி.சு. 2008:164).

வடஇந்திய பிராமணர்கள் தென்னிந்தியா நோக்கி வந்தபோது மெல்ல மெல்ல திராவிடமயமாதலுக்கு ஆட்பட்டனர். இப்போக்குப் பண்பாட்டு வரலாற்றில் கவனிக்கப்பட வேண்டிய ஒன்றாகும். மொழி, திருமண முறை, உறவுமுறை, பழக்க வழக்கங்கள், தேவகணம் என எண்ணற்ற தளங்களில் பிராமணர்கள் திராவிடப் பண்பாட்டுக் கூறுகளை ஏற்றுக் கொண்டார்கள். திராவிடவயமாதல் மூலம் பிராமணர்கள் கலப்பின வளர்ச்சிக்குத் (heterogenous development) தங்களை நகர்த்திக் கொண்டனர். ஆக, திராவிடம், ஆரியம் ஆகிய இரண்டு தளங்களிலும் பண்பாட்டு ஒத்திசைவாக்கம் நடந்தேறியது (விரிவுக்குக் காண்க: பக்தவத்சல பாரதி 2014).

6. தொல்சமயமும் பண்பாட்டு வரலாறும்

பண்பாட்டில் சமயம் ஒரு மையமான களமாகும். பண்பாட்டு

வரலாற்றில் தொல் சமயங்களின் வரலாறு அடித்தளமாகும். இதுவே மக்களுக்கு உலகப்பார்வையை உருவாக்குகிறது. தொல் சமய தெய்வங்கள், தேவகணங்கள், வழிபாட்டு முறைகள், சடங்கு சம்பிரதாயங்கள், பூசைகள், பூசகர், விழாக்கள், வேண்டுதல்கள், நேர்ச்சைகள் எனப் பல்வேறு கூறுகளும் சமய வரலாற்றில் இடம் பெறுகின்றன.

சங்க காலத்தில் ஐந்திணை வாழ்வியலின் ஒவ்வொரு திணையிலும் அத்திணைக்கான 'இயல் தெய்வங்கள்' பூர்வகால அம்சங்களுடன் வழிபடப்பட்டன. தெய்வங்கள் தோன்றுவதற்கு முன்பு மீவியல் பண்புடைய ஆற்றல்கள் வழிபடப்பெற்றன. அணங்கு, சூர், பேய், பேய்மகள், சூரர மகளிர், பூதம் (கூளி), கழுது, கூற்றுவன், காலன் போன்றவை அச்சுறுத்தும் ஆற்றல்களாக விளங்கின. இவற்றில் அணங்கு, சூர் பல்வேறு வகையினங்களில் இருந்தன.

இவ்வகை ஆற்றல்களுக்கடுத்து மலையுறை தெய்வங்கள், கானுறை தெய்வங்கள், நீருறை தெய்வங்கள் வழிபடப்பட்டன. மேலும், ஆவி வழிபாடு (animism), இயற்கை வழிபாடு, குலக்குறி வழிபாடு, உயிர்ப்பாற்றல் வழிபாடு (animatism), மகிமைப் பொருள் வழிபாடு (fetishism), முன்னோர் வழிபாடு, நடுகல் வழிபாடு, தாய்த்தெய்வ வழிபாடு, கந்து வழிபாடு என வழிபாட்டு மரபில் நீண்டு விரிந்த படிமலர்ச்சியைக் காண்கிறோம். இவை யாவும் ஐந்திணை வாழ்வில் இம்மண்ணில் தோன்றி வளர்ந்த அச்சு அசலான இயல்முறை வளர்ச்சியாகும்.

சங்க காலத்தில் தாய்த் தெய்வங்கள் திணையின் பண்புகளோடு வெளிப்பட்டன. ஆதியில் வாழ்வானது காட்டைச் சார்ந்திருந்தது. அங்குக் கானுறை தெய்வங்களும், மலையுறை தெய்வங்களும் வழிபடும் தெய்வங்களாயின. சேர நாட்டில் அயிரை மலையில் இருந்த தெய்வம் 'அயிரை' (பதிற். 88:12) எனப் பெயர் பெற்றது. காட்டில் இருந்ததால் காடுகாள், காடுகிழாள், கானமர்செல்வி (அகம். 345), காடுறை கடவுள் (பொருநர். 52), பெருங்காட்டுக் கொற்றி (கலி. 89) என்றெல்லாம் அழைக்கப்பட்டன.

இன்னொரு நிலையில் இத்தெய்வங்கள் அணங்குடை மகளிராக வடிவம் பெற்றனர். வரையர மகளிர் (ஐங். 191: 4; அகம். 342: 12), சூரர மகளிர் (அகம். 32: 7; குறுந். 53: 7), அர மகளிர் (நற். 356: 4; அகம். 162: 25), சூலி (குறுந். 218: 1) எனப் பெண்ணின் வடிவில்

தெய்வங்கள் தோற்றம் கொண்டன. மேலும், பழையோள் (திருமுருகு. 259), மலைமகள் (திருமுருகு. 257), வள்ளி (நற். 82), கொற்றவை (பரி. 11:100), துணங்கையஞ்செல்வி (பெரும்பாண். 459) எனத் திணையின் பன்மைக் கூறுகள் மெல்ல மெல்ல மனிதப் பண்பேற்றம் பெற்றன. உலக அளவில் மனிதகுல வரலாற்றில் தோன்றியது போன்றே, சங்ககாலத்திலும் தாய்த் தெய்வங்கள் தொன்மைக்குரிய தெய்வங்களாக இருந்துள்ளன.

சங்க காலத்தில் கொற்றவை எனும் கன்னிப் பெண்ணை வழிபடும் மரபு மிகவும் தொன்மையானது. தமிழ்க் கடவுள் முருகனும் குறிஞ்சிக் கடவுளாகவே தோன்றினான். இதன் பின்னர் முருகன் 'கொற்றவை சிறுவ' (திருமுருகு. 258) 'பழையோள் குழவி' (திருமுருகு. 259) என்றழைக்கப்படுகிறான். இந்தச் சான்றுகள் இனக்குழு மரபு வைதிகம் நோக்கி நகர்த்தப்பட்டதன் தொடக்கமாகும்.

இறந்தவர் தெய்வமாதல் தமிழ் மரபில் தொன்மையானது. ஆகோள் பூசலில் இறந்த வீரர்கள் நடுகற்களாக வழிபடப்பட்டனர் (புறம். 335). சங்க கால மக்கள் ஒரு கட்டத்தில் கடவுளை மன்றத்தில் வைத்துக் கோயில் கட்டி வணங்கினார்கள். இக்கட்டத்தில்தான் 'அன்பு காட்டும் கடவுள்' எனும் கருத்தாக்கம் ஏற்பட்டது. 'அச்சம் தரும் தெய்வங்கள்' என்பதிலிருந்து 'அன்பு காட்டும் தெய்வம்' எனும் படிமலர்ச்சி ஒரு முக்கியமான மாற்றமாகும். இன்றைய தமிழ்ச் சமய மரபில் மக்கள் வணங்கும் கன்னித் தெய்வம், தேவி தெய்வம், மனைவி தெய்வம் எனும் மூன்று படிநிலைகள் அடுத்தடுத்த நிலைகளில் ஏற்பட்டன.

வேத மரபில் உயிர்ப்பலி, வேள்வி, யாகம் முதலானவையாக இருக்க, பண்டைய தமிழ் மரபில் 'பூ+ செய்' (பூசை) செய்தலே தொல் மரபாகும். இன்றும் நாட்டார் மரபில் 'பூச்சொரிதல்' ஒரு முக்கிய சடங்குமுறையாக நிகழ்கிறது. ஆதியில் கட்டுவிச்சியர், அகவன் மகளிர் முதலானவர்கள் தெய்வ ஆற்றலோடு வருவதுரைத்தனர். சிலப்பதிகார வேட்டு வரியில்தான் முதன்முதலாக ஒரு முழுமையான பெண் பூசாரியைக் காண்கிறோம். சங்க காலத்தில் குயவர்கள் பூசாரியாகக் கோயிலில் வழிபாடு செய்தனர் (நற். 293). வாலுவனும் பூசாரியாக விளங்கினான் (புறம். 372). சங்க காலத்தின் பிற்பகுதியில் வேந்தர்கள் வடபுல ஆரியர்களைப் பூசகர்களாக ஏற்றுக் கொண்ட பின்னர்த் திணை மரபு பின்னுக்குத் தள்ளப்பட்டது.

வைதீகத்திலும் பூசகர் நிலை பூர்வ காலத்தில் தோன்றியதுபோல் இல்லை. தொடக்கத்தில் 'வேத பிராமணியம்' (Vedic Brahmanism) உயர்ந்தது என்று கருதப்பட்டது. அது சார்ந்த சடங்குகளும் சம்பிரதாயங்களும் புனிதமானவை; உயர்வானவை. அவை பின்னாளில் கி.மு.1000 வாக்கில் 'புராண இந்து மதம்' (Puranic Hinduism) என்பதாக இளகிய பின்னர் இதன் சடங்கு சம்பிரதாயங்கள் தாழ்ந்தவை என்றே கருதப்பட்டன. இதன் பின்னர்க் கோயில்கள் உருவான பின்னர்க் 'கோயில் பூசகர்கள்' (Shrotriya Brahmans) மேற்கொண்ட சடங்கு சம்பிரதாயங்கள் வெகுசனத்தன்மை வாய்ந்தவையாக மாறின; பூசகர்களும் அவ்வாறே கருதப்பட்டனர் (தாப்பர், ரொமிலா 2018: 114).

7. நிறுவனச் சமயங்களும் பண்பாட்டு வரலாறும்

உண்மையில் சமயம் என்பது பண்பாட்டின் ஒரு பகுதி மட்டுமே. ஆனால், இந்திய, தமிழ்ப் பண்பாடுகளில் சமயம் ஒரு காலகட்டத்தில் (பக்தி இயக்கக் காலம் முதல்) பண்பாட்டைத் தன்னுள் விழுங்கிக் கொண்டது; தன்வயப்படுத்திக் கொண்டது. வேந்தர்களின் முடியாட்சிக் காலத்தில், பக்தி இயக்கம் உச்சமடைந்த காலகட்டத்தில் சமயமே பண்பாடு என உருவகப்படுத்தப்பட்டது. சமயத்துக்குள் எல்லாம் அடங்கிவிடும் என்பது போன்ற தோற்றமும் செயல்பாடு நீக்கமர நிறைந்துவிட்டன. இதனைச் 'சமயவழித் தேசியம்' (religious nationalism) எனலாம்.

முடியாட்சிக் காலத்தில் சமயமே பண்பாட்டின் முழுமையான பிரதிநிதியாகக் காட்சியளித்தது. இறைவனின் மறுவடிவமாக மன்னன் கருதப்பட்டான். இறைவனும் மதங்களும் எங்கும் எப்போதும் போற்றப்பட்டன. மன்னர்கள் பின்பற்றிய மதங்கள் ஊடாகப் பண்பாடு உருவகிக்கப்பட்டது (ஹெர்மன் 1993).

தமிழ்ச் சமூக மரபில் ஆசீவகம், சமணம், பவுத்தம், வைதீகம், சைவம், வைணவம் ஊடாகத் தேசமும், அதன் பண்பாடும் தம்மை அலங்கரித்துக் கொண்டன. வழிபாட்டு மரபில், சடங்கு சம்பிரதாயங் களில், விழாக்களில், கோயில்களில் தேசங்களின் முகம் பளிச்சென்று ஒளிரத் தொடங்கியது. சுருக்கமாகச் சொன்னால் முடியாட்சிக் காலத்தில் சமயத்தால் தேசங்கள் தனி அடையாளம் பெற்றன. சமயமே தேசத்தின் பிரதான முகவரியாகவும் அமைந்தது. அந்தக் காலகட்டத்தில் சமயப் பண்பாடே முழுமுதல் அடையாளமாக உருவெடுத்தது.

பிற அடையாளங்கள் பின்னுக்குத் தள்ளப்பட்டன. சமயவழித் தேசியம் முன்னிலை பெற்றது (ஸ்பென்சர் 1969: 49-50).

இன்று பல தேசங்கள் சமயவழித் தேசியத்தைப் பேரின அடையாளமாக முன்னெடுத்திருப்பதைக் காண்கிறோம். பாகிஸ்தான், பங்களாதேஷ் இரண்டிலும் இஸ்லாமும், இலங்கையில் பௌத்தமும், சமீபகால இந்தியாவில் இந்துத்துவமும் அரசு ஆதரவுடன் ஆதிக்கம் செலுத்தி வருகின்றன. இந்தத் தேசங்களில் அரசியல், பொருளாதாரம், சமூக, பண்பாட்டு அம்சங்கள் அனைத்தும் சமயவழித் தேசியம் சார்ந்தே கட்டமைக்கப்படுகின்றன (தாப்பர், ரொமிலா 2018: 175). இத்தகையதொரு கட்டமைப்பு முடியாட்சிக் காலத்திலேயே நிலவியது. இதனையே 'சமயவழித் தேசியம்' என்கிறோம். தமிழ்ச் சமூகத்தின் பண்பாட்டு வரலாற்றில் இது ஒரு புதிய திருப்பம் எனலாம்.

சமயவழித் தேசியம் இன்னுமொரு புதிய பரிமாணத்தையும் எட்டியது. ஆசீவகம், பவுத்தம், சமணம், வைதீகம், சைவம், வைணவம், இஸ்லாம், கிறித்தவம் என மதங்கள் தமிழகத்தில் வாழ்க்கை முறையாகவும் அறிவு முறையாகவும், உலகப் பார்வை யாகவும், பிரபஞ்சம் பற்றிய அறிவுமுறையாகவும், அறம், பொருள், இன்பம், வீடுபேறு என எல்லாவற்றையும் கொண்டதாகவும் உருவெடுத்தது. இச்சமயங்கள் தமிழ்ப் பண்பாட்டில் விருட்சங்களாக விரிந்து நின்றன.

பண்பாட்டில் மொழியும் இலக்கியமும் ஓர் அடையாளம் என்றால், சமயமும் சமய வாழ்வும் இன்னுமொரு அடையாளமாக இருந்தது. பண்பாட்டின் இருகண்களாக மொழியும் மதமும் கருதப்பெற்றன. இன்னும் சொல்லப்போனால் தமிழ்ப் பண்பாட்டில் சமயத்தின் பண்பாடே ஆதிக்கப் பண்பாடாக அமைந்தது. ஆக, சமயங்களின் வரலாறும் ஒரு வகையில் பண்பாட்டின் வரலாறாக அமைவதைக் காணலாம். பக்தி இயக்கக் காலத்தின் எழுச்சி வரலாறாகப் பண்பாட்டு வரலாறு அமைந்தது.

8. மொழியும் பண்பாட்டு வரலாறும்

திராவிட, ஆரிய மொழிகளுக்கிடையிலான தாக்கம் வேதகாலத் திலேயே நிகழத் தொடங்கியது. ஆனால், அதன் தொடர்ச்சியான பரிமாணத்தை ஒரு புதிய கண்திறப்பாகக் காட்டியவர் மொழியியல் மேதை ஃபிராங்கிளின் சவுத்வொர்த் ஆவார். இவர் தென்னாசியாவில்

மொழிசார் தொல்லியல் (*Linguistic Archaeology of South Asia*, 2005) எனும் ஒரு மிக முக்கியமான ஆய்வை மேற்கொண்டார். இந்த ஆய்வில் மகாராட்டிரம், குஜராத், வடமேற்கு இந்தியா ஆகிய பகுதிகளில் திராவிட ஊர்ப் பெயர்கள், ஆறுகளின் பெயர்கள் பரவிக் காணப் படுகின்றன என்பதை ஆணித்தரமான சான்றுகளுடன் நிறுவினார்.

இதன் அடிப்படையில் மகாராட்டிரத்தில் 'திராவிட மகாராட்டிரம்' காட்சியளித்தது என்றும், குஜராத்தில் 'திராவிட குஜராத்' காட்சி யளித்தது என்றும் சவுத்வொர்த் முன்மொழிந்தார். இது ஒரு மிக முக்கியமான முன்னெடுப்பாகும். இதன் மூலம் இந்தியத் துணைக் கண்டத்தில் திராவிடத்தின் அடித்தளம் அகன்றது என்றும், ஆழமானது என்றும் நிரூபித்தார்.

ஐராவதம் மகாதேவனுக்குப் (2010) பிறகு இந்த ஆய்வுமுறை யியலின் இன்னுமொரு பரிமாணத்தை அறிஞர் ஆர். பாலகிருஷ்ணன் மேற்கொண்டார். நாகரிகத்தின் ஒரு பயணம்: *சிந்துவிலிருந்து வைகை வரை* (*Journey of a Civilization: Indus to Vaigai, 2019*) எனும் தன் வாழ்நாள் ஆய்வில் ஒரு பெரும் வெடிப்பினை அவர் நிகழ்த்தி யிருக்கிறார். இந்த ஆய்வில் சங்ககால மன்னர்களின் இயற்பெயர்கள் சிந்துவெளியில் (இன்றைய ஆப்கானிஸ்தானம், பாகிஸ்தான்) ஊர்ப் பெயர்களாக உள்ளதை நிரூபித்திருக்கிறார் (மேலது: 152-174).

தமிழ்க் கடவுள் முருகனின் பெயரும், சங்ககாலக் குடிகளின் பெயரும் சிந்துவெளியில் இடப்பெயர்களாக உள்ளதையும் நிறுவியுள்ளார் (மேலது: 153-178). நம் காலத்து முன்னோடி ஆய்விது. பண்பாட்டு வரலாறு மீள எழுதப்பட வேண்டும் என்பதையே ஃபிராங்கிளின் சவுத்வொர்த்தும், ஆர். பாலகிருஷ்ணனும் நிரூபித்திருக்கிறார்கள். இந்தியத் துணைக் கண்டம் முழுவதும் திராவிடத்தின் அடித்தளம் வரலாற்றுக்கும் முற்பட்ட காலத்தில் இருந்துள்ளதைப் பண்பாட்டு வரலாற்றில் நாம் முன்னிறுத்த வேண்டும்.

இந்தியாவில் நான்கு மொழிக் குடும்பங்களே உள்ளன என்று காலங்காலமாகப் பேசப்பட்டு வந்தது. அவற்றில் இந்திய-ஆரிய மொழிக் குடும்பத்தாரின் எண்ணிக்கை நான்கில் மூன்று பங்காகும். இன உறவு மொழிகளாக, அதாவது ஒட்டுநிலை மொழிகளாக (agglutinative languages) விளங்கும் திராவிட மொழிகளைப் பேசுவோர் இரண்டாம் இடத்தில் உள்ளனர். ஐந்தில் ஒரு பங்கினர் திராவிடம் பேசுகின்றனர். சொற்கோவையைப் (vocabulary)

பொருத்து திராவிட மொழிகளில் தெலுங்கு சமஸ்கிருதத்திற்கு மிகவும் நெருக்கமானதாக இருக்கிறது. (தமிழகத்தில் பண்பாட்டுத் தளத்தில் மிகவும் பிராமணவயமாக்கலுக்கு ஆட்பட்டவர்கள் ஆயிர வைசியர்கள்).

இந்திய மொழிகளில் திபேத்திய பர்மியம் வடகிழக்கு இந்தியாவில் 1.2% மக்களால் பேசப்படுகிறது. ஆஸ்திரிய-ஆசியம் 1% மக்களால் பேசப்படுகிறது. மீதமுள்ள மூன்று மொழிக்குடும்பங்கள் அண்மைக் காலத்தில்தான் கண்டுபிடிக்கப்பட்டன. இவற்றைக் கண்டறிந்தவர் ஜவகர்லால் நேரு பல்கலைக்கழக மொழியியல் பேராசிரியர் அன்விதா அபி.

இந்த அம்மையார் அந்தமான் மொழிகளை நீண்ட காலம் ஆய்வு செய்தார். அங்கு வாழும் ஜாரவா, ஓங்கே முதலான தொல்குடியினர் பேசும் மொழியை 'அஸ்ட்ரோனீசியம்' மொழிக்குடும்பத்தில் சேர்க்க வேண்டுமென்பதை நிறுவினார். அத்தீவுக் கூட்டங்களிலேயே கிரேட் அந்தமான் தீவுகளில் வாழும் கிரேட் அந்தமான் எனும் தொல்குடியினர் பேசும் மொழி 'கிரேட் அந்தமானியம்' என வகைப்படுத்த வேண்டும் என்றும் நிறுவினார்.

இப்போது இந்தியாவின் வடகிழக்கு மாநிலங்களில் அழிவு நிலையில் உள்ள 'தாய்-கடாய்' (Tai-Kadai) மொழிக்குடும்பத்தையும் அன்விதா அபி இனங்கண்டுள்ளார். ஆக, இந்தியாவின் மொழிப் பன்மியம் ஏழு மொழிக்குடும்பங்களைச் சேர்ந்த 192 மொழிகளால் அமைவதைக் காண வேண்டும். இந்த ஏழு மொழிக் குடும்பங்களைக் கொண்டு இந்தியப் பண்பாட்டு வரலாற்றை அறிய வேண்டும். கடந்த கால மொழி வரலாறு இந்த வெளிச்சத்தை நமக்குக் காட்டவில்லை.

திராவிட மொழிச் சூழலில் அழிந்து வரும் மொழிகளின் வரலாற்றைக் கொண்டு மிச்சம் மீதி இருக்கின்ற பண்பாட்டுச் சுவடிகளை நாம் இனங்காண வேண்டும். தமிழகத்தில் மேற்குத் தொடர்ச்சி மலைகளில் வாழும் பெட்ட குறும்பர், மலைமலசர் ஆகிய பழங்குடியினர் யானைகளைப் பராமரிக்கும்போதும், கும்கி யானைகளைப் பழக்கும்போதும் பெர்சிய மொழிச் சொற்களைப் பேசுகின்றனர். இது ஒரு இடப்பெயர்ச்சி வரலாற்றைக் கூறுகிறது.

இது சிந்துவெளிப் பண்பாட்டிற்கும் சுமேரிய நாகரிகத்திற்கும் இடையே அந்தக் காலத்தில் நிலவிய பொருளாதார, வணிக உறவுகளின் தொடர்ச்சி எனலாம். சிந்துவெளியிலிருந்து யானை,

மயில் முதலானவற்றைப் படகுகளில் ஏற்றுமதி செய்து, சுமேரியா விலிருந்து குதிரைகளையும் பிறவற்றையும் இறக்குமதி செய்தனர். இந்த வணிக உறவுகளின் ஊடாகப் பெர்சிய மொழிச் சொற்கள் தொல்குடிகளிடம் இன்றும் உள்ளதைக் காண்கிறோம்.

தமிழ்ப் பண்பாட்டு வரலாற்றில் இராவணன் கதாபாத்திரம் வருகிறது. இவன் ஆரியர் பார்வையில் அசுரனாகச் சித்தரிக்கப் படுகிறான். வட இந்தியாவில் துர்கா பூசையின்போது பத்துதலை இராவணனை 20-30 அடி உயரத்தில் பொம்மை செய்து நிறுத்தி எரிப்பது வழக்கம். ஆனால் ஜார்க்கண்ட் மாநிலத்தில் வாழும் அசூர் (Asur) பழங்குடியினர் இராவண வதமன்று பந்தலிட்டு இராவணன் உருவம் வைத்து ஒப்பாரியிட்டு, துக்கம் கடைபிடிப்பார்கள். இராவணன் அவர்களுக்குத் தெய்வமாகும், தலைவனாவான். இவர்கள் ஆஸ்திரிய-ஆசிய (Austro-Asiatic) மொழிக்குடும்பத்தைச் சேர்ந்த அசூரி மொழி பேசுகின்றனர். ஜார்க்கண்டில் மிகவும் கவனிக்க வேண்டிய நலிவுற்ற பழங்குடியாக (PVTG) 8000 எண்ணிக்கையில் வாழ்கின்றனர். இவையெல்லாம் இந்தத் தேசத்தின் பண்பாட்டு வரலாற்றில் முக்கியமான பகுதிகள்.

பண்பாட்டு வரலாற்றைக் கட்டமைக்கும் போது மொழியின் வகிபாகம் முதன்மையாகிறது. மொழிவழி உருவாக்கப்பட்டுள்ள இலக்கணம், இலக்கியம், இதிகாசம், காப்பியம் முதலான படைப்புகள் பண்பாட்டுப் பனுவல்களாக உள்ளன. இவை நாணயத்தின் இரண்டு பக்கங்கள்போல. ஒரே நேரத்தில் மொழியையும் பண்பாட்டையும் பிரதிபலிக்கின்றன.

இவற்றில் மகாபாரதம், இராமாயணம் இரண்டும் அனைத்திந்தியத் தன்மை பெற்றுவிட்டன. மைய நீரோட்டச் சமூகங்கள் முதல் சிறு சமூகங்கள், நாடோடிகள் ஊடாக, மலைகளிலும் காடுகளிலும் வாழும் பழங்குடிகள், தொல்குடிகள்வரை இந்த இரண்டு இதிகாசங்களும் பரவிவிட்டன. அவை அமரத்துவம் அடைந்ததைப் போன்று ‘பன்மைத்துவம்’ அடைந்துள்ளன. பாவ்லா ரிச்மென் எழுதியுள்ள பன்மை இராமாயணங்கள் (*Many Ramayanas,* 1991) இதனை விளங்கப்படுத்துகிறது. தேசத்தின் பண்பாட்டு வரலாறும் இப்படியாகவே அமைந்துள்ளது. இங்குப் பன்மையே பிரதானமாகும்.

பன்மை இராமாயணங்கள் உருவானதுபோலப் பன்மைப் பண்பாடுகள் தனித்த அடையாளங்களுடன் நிலைபேறு கொண்டு

உள்ளன. பண்பாடுகள் போலவே இராமாயணங்களும் பலவாக வேறுபட்டுள்ளன. பண்பாடுகளின் வேற்றுமைகளே இதற்குக் காரணம். இந்தியா முழுவதும் இராவணன் மோசமானவன் என்ற கருத்து இருக்க, ஜார்க்கண்ட், அதனைச் சுற்றியுள்ள பகுதிகளில் வாழும் அசூர் பழங்குடியினர் இராவணனை தெய்வமாக வணங்கு கின்றனர். இராவண வதத்தன்று ஒப்பாரி வைத்து அழுகின்றனர். இது ஓர் எதிர்க் கதையாடல், மாற்றுச் சொல்லாடல் என்பதைக் கவனிக்க வேண்டும்.

9. முடியாட்சி அடுக்குகளும் பண்பாட்டு வரலாறும்

இந்தியாவில் சிறிய, பெரிய சமூகங்களின் எண்ணிக்கை உலகிலேயே மிக அதிகம். இங்கு 4635 அகமணச் சமூகங்கள் உள்ளன. எல்லா மாநிலங்களிலும் பண்பாட்டுப் பன்மை அடுக்குச் சமூகங்கள் (multi-layered society) உள்ளன.

வரலாற்றின் வெவ்வேறு காலக்கட்டங்களில் பேரரசுகளின் வேந்தர்கள் தங்களின் ஆட்சிப் பரப்புகளை விரித்தும் சுருக்கியும் ஆண்டார்கள். இதனால் ஓர் ஆட்சிப் பரப்பின் மீது அடுத்த ஆட்சிப் பரப்பு மேலோ கீழோ ஒட்டுறவு கொண்டிருந்தது. காலகதியில் இதனால் மேல், கீழ் பண்பாட்டு அடுக்குகள் (cultural overlapping) உருவாயின. இன்று தமிழகத்தில் 4 அடுக்குச் சாதி முறை உள்ளது.

இத்தகைய பல அடுக்குச் சமூக முறையின் பண்பாட்டு வரலாற்றில் இடப்பெயர்ச்சி வரலாறு முக்கியத்துவம் பெறுகிறது. இடப்பெயர்ச்சி எல்லாக் காலத்திலும் முக்கியத்துவம் பெறுகிறது. இடப்பெயர்ச்சியைப் போலவே மதப்பெயர்ச்சியும் (மதமாற்றம்) மிக முக்கியமான வகிபாகத்தைக் காட்டுகிறது. இன்று தமிழகத்தில் 5.8% கிறித்தவர்களும், 5.2% இஸ்லாமியரும், 82.14% இந்துக்களும் பன்மை அடுக்குச் சமூகமாக முகம் காட்டுகின்றனர். வரலாற்றில் ஏற்பட்ட சிறிய, பெரிய இடப்பெயர்ச்சிகளும், அகவய-புறவய இடப் பெயர்ச்சி களும் பாரதூரமான பண்பாட்டு வரலாற்றைக் காட்டுகின்றன.

பூம்புகாரில் கிளம்பிய கண்ணகி-கோவலனின் வழித் தோன்றல்கள் இன்று நாகர்கோவிலில் இரணியல் செட்டியார்களாக உள்ளனர். மதுரை மன்னனின் தோல்விக்குப் பின்னர்க் கிளம்பிய பாண்டிய நாட்டுச் சமவெளி சாதி மக்கள் இன்று மலைகளில் முதுவர் பழங்குடி யினராக உள்ளனர். பண்பாட்டு வரலாற்றில் இத்தகைய சரிவுகள் கவனம் பெற வேண்டும்.

10. தூய்மை, கலப்பு, பண்பாட்டு வரலாறு

இந்தியாவில் அண்மைக் காலங்களில் நிகழ்ந்து வருகின்ற மரபணு (DNA) ஆய்வுகள் பல புதிய கண் திறப்புகளைக் காட்டுகின்றன. இந்தியாவில் எந்தச் சமூகமும் மரபணுத் தூய்மையைப் பேணவில்லை என்பதே மிக முக்கியமான முடிவாக உள்ளது.

சமூக அசைவியக்கத்தில் காணப்படுகின்ற இப்போக்கு பண்பாட்டுத் தளத்திலும் நேரடியாகப் பிரதிபலிக்கக்கூடிய ஒன்றாகும். பண்பாட்டின் தூய்மை நிலையும் பேணப்படவில்லை என்பதையே இனக் கலப்பு, சமூகக் கலப்பு முதலான போக்குகள் காட்டுகின்றன. 'பறையன் சிவப்பும் பார்ப்பான் கருப்பும்' எனும் பழமொழி சமூகக் கலப்பைப் பேசும் சொல்லாடல்.

ஆரியமயமாதல், திராவிடமயமாதல், சமூக மாற்றம், பண்பாட்டு ஒத்திசைவு, நவீனத்துவ நாட்டம், வெகுசனப் பண்பாட்டின் விரிவாக்கம், மக்களின் மிக வேகமான இடப்பெயர்வு-புலப்பெயர்வு, அயல் பண்பாடுகளின் தரிசனம் முதலான எத்தனை எத்தனையோ காரணிகள் இன்று பண்பாட்டுக் கலப்பை ஊக்கப்படுத்துகின்றன. பண்பாட்டு வரலாறு எழுதியலில் தூய்மை, கலப்பு பற்றிய கருத்தினங்கள் கவனம் பெற வேண்டியவை. இந்தியாவில் 20-80% கலப்பு எண்ணற்ற சமூகங்களில் காணப்படுகிறது.

தமிழ்ச் சமூகம் சங்க காலத்திலிருந்து இன்று வரை 10 மடங்கு விரிவடைந்துள்ளது. இந்தச் சூழலில் அடி மரத்திலிருந்து கிளைத்து நிற்கும் எண்ணற்ற கிளைகள் போன்று ஒரு சிறிய மூலத்தின் விரிவாக்கப் போக்குகளைப் பண்பாட்டு வரலாறு காட்டுகிறது. தூய்மை, கலப்பு பற்றிப் பேசும்போது இந்த விரிவாக்கப் பரிணாமம் இன்னுமொரு அசைவியக்கத்தைக் காட்டுகிறது.

11. தேசம், தேசிய இனம், பண்பாட்டு வரலாறு

இந்தியா என்பது ஒரு தேசம்தான். அது நிலவியல் தேசம். குமரி முதல் இமயம் வரை ஒரு புவியியல் தொடர்ச்சி அதற்குண்டு. ஆனால் அது பண்பாட்டுத் தேசம் அல்ல.

ஆங்கிலேயர்கள் இந்தியாவிற்கு வருவதற்கு முன்னர் இங்குச் சிறிய, பெரிய ஆட்சிகள் என ஐநூறுக்கும் மேற்பட்ட அரசுகள் இருந்தன. சீறூர் மன்னர்கள், முதுகுடி மன்னர்கள், குறுநில மன்னர்கள், சமஸ்தானங்கள் என ஐநூறுக்கும் மேற்பட்ட அரசுகள் இருந்தன.

இவை யாவும் தனித்த பண்பாடுகளைக் கொண்டிருந்தன. 'ஆங்கில இந்தியா' என்ற ஒரு கட்டமைப்பு உருவாகுவதற்கு முன்னர் இங்கு ஐநூறுக்கும் மேற்பட்ட பண்பாடுகள் இருந்தன என்று பொருள் காண வேண்டும்.

தொண்டைமான்கள் ஆட்சி புரிந்த புதுக்கோட்டை சமஸ்தானம் தான் இந்தியாவோடு இணைக்கப்பட்ட கடைசி தமிழ்சமஸ்தானம். 500 பிரதேசப் பண்பாடுகளும் ஒரு தேசத்தின் கீழ் கொண்டு வரப்பட்டன. இந்தியா என்ற ஒரு தேசம் உருவானது. இந்திய அரசியலமைப்புச் சட்டம் என்ற ஒரு சட்ட திட்டம் உருவானது. இந்தச் சட்டதிட்டத்தின் கீழ் வாழும் அனுபவம் ஒரு ஒன்றரை நூற்றாண்டு அனுபவமாகவே இருந்து வருகிறது.

எண்ணற்ற தேசிய இனங்கள் உள்ள இந்த நாட்டில் இந்தியச் சமூகம், இந்தியப் பண்பாடு, இந்திய இலக்கியம், இந்திய இசை, இந்தியக் கலை போன்ற கருத்தினங்கள் யாவும் லட்சிய இலக்கு சார்ந்தவை, எதார்த்தமல்ல.

இந்தியச் சமூகம் என்பதை எப்படி வரையறை செய்வது? இந்தியப் பண்பாடு என்பதையும் எவ்வாறு இனங்காண்பது? உண்மையில் இந்தியாவில் இன்று 4635 அகமணச் சமூகங்கள் உள்ளன (சிங், கே.எஸ். 1992). அப்படியானால் இங்கு 4635 பண்பாடுகள் உள்ளன என்று அர்த்தமாகும். இச்சூழலில் அனைத்திந்தியத்தன்மை (pan-Indianism) அல்லது ஒற்றை அடையாளப் பண்பாடு என்பது தேசிய இனங்களைத் தாண்டிய ஒரு கற்பிதம்.

உண்மையில் இந்தியா என்பது பல்மொழி, பல் இன, பல் மத நாடாகும். பன்மைகள் நிறைந்த இந்த தேசத்தை ஒற்றை அடையாளத்துக்குள் கொண்டு வருவதென்பது ஓர் அரசியல் முன்னெடுப்பாகும். உலகமெங்கும் இத்தகைய முன்னெடுப்புகளே தொடர்கின்றன. அமெரிக்க தேசம் என்பதும் அல்லது உலகில் வேறெந்த தேசம் என்பதும் இத்தகைய அரசு உருவாக்கத்தின் அடிப்படையில்தான் கட்டமைக்கப்பட்டுள்ளது.

பிரிட்டிஷ் இந்தியாவின் காலந்தொடங்கி இந்த ஒற்றைப் பரிமாண அரசியல் அடையாளம் என்பது பண்பாட்டு அடையாளத்தைக் காட்டுவதல்ல. மாறாகப் 'பண்பாட்டுப் பன்மியம்' (cultural pluralism) மட்டுமே இந்தத் தேசத்தின் அசைவியக்கமாகும்; அடையாளமாகும். பன்மை அசைவியக்கம் உள்ள தேசத்தில் ஒற்றை

அடையாளம் (இந்தியப் பண்பாடு, இந்தியச் சமூகம்) இனங் காணப்படுகின்றது. இது ஒரு லட்சியவாதம் சார்ந்தது. தேசம் என்ற உருவாக்கத்தில் இந்த லட்சியவாதமே பிரதானமாகும். இலட்சியத்தைக் கட்டி எழுப்பாமல் தேசத்தைக் கட்டி எழுப்ப இயலாது.

குமரி முதல் இமயம்வரை ஒரு மொழி இல்லை. ஒரு மதம் இல்லை. ஒருணவு இல்லை. ஒரு சடங்கு இல்லை. ஒரு விழா இல்லை. எங்கும் பன்மியம் பரவியிருக்கிறது. இந்தியாவின் பன்மியப் பண்பாட்டுப் பரப்பை ஒற்றை அரசியல் பரப்பாக உருவாக்கியபோது அதன் லட்சியம் 'வேற்றுமையில் ஒற்றுமை' (unity in diversity) எனும் கோட்பாடாக முன்வைக்கப்பட்டது. உண்மையில் இந்தியாவின் எதார்த்தம் என்பது 'ஒற்றுமையில் வேற்றுமை' (diversity in unity) என்பதேயாகும். இதையே எங்கும் காணக்கூடியதாகவும் உள்ளது.

இந்தியா என்பது ஒரு தேசம்தான். அது ஓர் இலட்சியக் கருத்தினம்; ஒரு அரசியல் கருத்தினம். அரசியலைத் தாண்டி அதில் ஒற்றை அடையாளத்தைக் காண முடியாது. இந்த ஒற்றை அடையாளத்தில் தேசிய இனங்களின் ஜீவனைக் காண முடியாது. தேசியம் என்பது ஒரு வெங்காயம் போன்றது. வெங்காயத்தை உரித்துக் கொண்டே சென்றால் உள்ளே ஒன்றும் இருக்காது. உள்ளீடு ஏதுமற்ற உருவம் அது. ஆனால் தேசிய இனங்களின் பண்பாட்டில் ஓர் உள்ளீடு இருக்கும். தமிழ்ச் சமூகம் 209 அகமணச் சமூகங்களாகக் காணப்பட்டாலும் அதன் உள்ளீடு தமிழ் மொழியாக இருக்கிறது.

உலகமனைத்தும் தேசங்கள் இப்படியான இலட்சியக் கருத்தியல் மீதே கட்டமைக்கப்படுகிறது. ஆகவே, பண்பாட்டு வரலாறு எழுதும்போது தேசத்தைவிட, தேசிய இனங்களின் உள்ளீடு முதன்மை பெறுகிறது. தேசிய இனங்களே ஒரு தேசத்தின் பண்பாடு களைப் பிரதிபலிக்கின்றன. இந்தப் பிரதிபலிப்பில் மொழியானது பண்பாட்டின் முகமாக அமைந்துவிடுகிறது. மொழியே முதன்மையான அடையாள மாகவும் உயர்ந்து நிற்கிறது. ஆக, 'பண்பாட்டுத் தேசியம்' தேவையாகிறது.

12. நாகரிகங்களின் மோதல்களும் பண்பாட்டு வரலாறும்

தமிழ்ப் பண்பாட்டில் பண்பாடுகளின் அல்லது நாகரிகங்களின் மோதல்கள் பாரதூரமான விளைவுகளை ஏற்படுத்திவிட்டன. ஆரியர்கள் இங்கு முதலில் வந்தார்கள். அதன் பின்னர் முகலாயர், போர்த்துக்கீசியர், ஒல்லாந்தர், அரேபியர், பிரெஞ்சுக்காரர்,

ஆங்கிலேயர் வந்தார்கள். முதலில் வந்த ஆரியர்கள் சமூக, பண்பாட்டு ரீதியாகவும் அதன் பின்னர் வந்த காலனிவாதிகள் அரசியல் ரீதியாகவும் வென்றார்கள். அதனூடாக வணிக ரீதியாகவும் மத ரீதியாகவும்கூட வென்றார்கள்.

இந்திய, தமிழ்ச் சூழல்களில் காலனியத்தின் வருகை என்பது முதலாளித்துவத்தின் கால்கோளாக அமைந்தது. வணிகத்தை முன்வைத்து இங்கு வந்தாலும் அவர்கள் முதலாளித்துவத்தை ஊடுருவச் செய்தார்கள். முதலாளித்துவம் மெல்ல மெல்லப் பரவலாக்கம் பெற்று நிறுவனமயப்படுத்தப்பட்டது. அது செயல் வழியாகவும் அதிகாரம் வழியாகவும் கருவி நியாயம் செய்யப்பட்டு இந்தியச் சமூகத்தில் அச்சுறுத்தலாக மாறத் தொடங்கியது. ஒரேயொரு எடுத்துக்காட்டை மட்டும் இங்குக் காண்போம்.

அதுவரை தமிழகக் கிராமங்களில் 'குடிக்காவல்' பணியில் ஈடுபட்டிருந்த கள்ளர் சமூகத்தினர் சுயேச்சையான வாழ்வுமுறையைக் கொண்டிருந்தார்கள். ஒரு கட்டத்தில் கள்ளர்களின் சுயேச்சைத் தன்மை ஆங்கிலக் காவல்முறைக்குச் சவாலாக மாறியது (பாண்டியன், ஆனந்த் 2010; இராதாகிருஷ்ணா, மீனா 2001). அதனால் இடையர்களையும் மற்ற சமூகங்களையும் இணைத்து 1896இல் அம்மையப்பகோன் தலைமையில் கள்ளர் எதிர்ப்பியக்கத்தைக் காலனி அரசு உருவாக்கியது. சுதேசிச் சமூகமாக விளங்கிய குறவர்களையும் குற்ற மரபினராக அடையாளப்படுத்தினார்கள் (இராதாகிருஷ்ணா, மீனா 2001; பன்னீர்செல்வம், மணிகோ 2009). இவையெல்லாம் காலனியத்தின் கொடூர முகங்கள். தமிழ்ச் சமூக வரலாற்றில் குற்றவாளிச் சமூகங்களின் உருவாக்கத்தைக் கூர்ந்து கவனித்தால் காலனியத்தின் வெகுநுட்பமான அரசியலைப் புரிந்துகொள்ளலாம்.

இங்கு மதமாற்றம் மூலமாகவும் நாகரிக மோதல்கள் நிறுவப் பெற்றன. ஆனால் தமிழ்ச் சமூகம் ஏற்கனவே பன்மைச் சமூகமாகவும், பண்பாட்டு ஒத்திசைவுச் (cultural assimilation) சமூகமாகவும் இருந்ததால் மதமாற்றம் வழிவந்த கலாச்சார மோதல் வெடித்துச் சிதறாமல் ஊடுபரவலாக மென்மையடைந்தது. தமிழ்ச் சூழல் அதன் வரலாறு நெடுக ஆசீவகம், பௌத்தம், சமணம், வைதிகம், சைவம், வைணவம், நாட்டார் சமயம் எனப் பல்வேறு சமய மார்க்கங்களைக் கண்ட அனுபவத்தோடு பின்னாளில் இஸ்லாம், கிறித்தவம் இரண்டையும் பார்த்து முகம் சுளிக்கவில்லை.

இனி வருங்காலங்களில் உலக நாடுகளிடம் ஏற்படுகின்ற மிகப்பெரும் முரண்பாடுகளுக்கும், அவற்றையொட்டி எழுகின்ற போர்களுக்கும், சிறிய பெரிய சண்டைகளுக்கும் நாகரிக மோதல்கள் அடிப்படையாக அமையும்.

13. காலனியமும் பண்பாட்டு வரலாறும்

ஆங்கிலக் காலனியமானது இந்திய, தமிழ்ப் பண்பாடுகளில் பெரும் உருமாற்றங்களை ஏற்படுத்தியது. நகரமயமாக்கம், தொழில் மயமாக்கம், மேற்கத்தியமயமாக்கம் ஆகிய மூன்று முக்கிய அசை வியக்கங்களைக் காலனியம் வேகப்படுத்தியது. கார்ல் மார்க்ஸ் அடையாளப்படுத்திய ஆசிய உற்பத்தி முறையும் தேக்கநிலைச் சமூகமும் உடையத் தொடங்கின. ஆங்கிலேயர்கள் அறிமுகப்படுத்திய நவீன கல்வியும், நவீன வேலைவாய்ப்பும் அதுவரை வந்து கொண்டிருந்த குலக்கல்வி, குலத்தொழில் இரண்டையும் ஆட்டங் காண வைத்தன. ஒரு புதிய சமூக மாற்றம் வேகம் பெறத் தொடங்கியது.

ஆங்கில இந்தியாவில் பிரிட்டிஷ் இராணுவத்தில் மிலேச்சர்களாகிய தலித்துகள் சேர்க்கப்பட்டனர். அதுவரை சாதியத்தால் ஒடுக்கப் பட்டிருந்தவர்கள் இந்துக்களின் முன்பு சீருடை அணிந்து, அரசு ஊழியம் செய்து, சம்பளம் பெறத் தொடங்கினார்கள். இது ஒரு சமூகத் தகுதி மாற்றத்தையும், சமூக அதிகாரத்தையும், மரியாதை யையும் கொடுத்தது. 1818இல் மராட்டியத்தில் கோரிகாவோன் எனுமிடத்தில் நடைபெற்ற போரில் பார்ப்பன பேஷ்வாக்கள் தோற்கடிக்கப்பட்டனர். இதன் பின்னர் தொழிற்சாலைகள், ரயில்வே, துறைமுகம், பெருந் தோட்டங்கள் எனப் பல்வேறு துறைகளில் தலித்துகள் களமிறக்கப்பட்டனர். ஆங்கிலேயர்களின் வீடுகளில் வேலை செய்யவும் அமர்த்தப்பட்டனர். அன்று தலித்துகள் தேசத்துக்கு எதிரானவர்களாக மாறவில்லை. மாறாக வாழ்வியல் வாய்ப்புகளைத் தேடியவர்களாகவே இருந்தார்கள். இதனை அண்ணல் அம்பேத்கர் தம் நூல்களில் (1968) விரிவாகப் பேசியிருக்கிறார்.

இத்தகைய அசைவியக்கங்கள் மூலம் அதுவரை இறுக்கமாகவும் கெட்டியாகவும் உடைபடாமல் இருந்த சாதியச் சமூகம் மெல்ல இளகத் தொடங்கியது. காலகதியில் அறிமுகமான இரயில் போக்குவரத்து, அரசு அலுவலகம், திரையரங்குகள், உணவகங்கள், பொதுவெளிப் பங்கேற்பு, கல்விக்கூடங்கள், மருத்துவமனை என எண்ணற்ற காரணிகளால் 'பெருந்திரள் பண்பாடு' (mass culture),

'வெகுசனப் பண்பாடு' (popular culture) ஆகிய இரண்டும் முகம்காட்டத் தொடங்கின. நகர, மாநகரச் சூழல்களில் இத்தகைய பண்பாடுகள் சனநாயகத் தன்மைக்கு இட்டுச் சென்றன.

காலனியத்தின் நகரமயம், தொழில்மயம், மேற்கத்தியமயம் ஆகிய உந்துசக்தியால் இன்று கிராமங்கள் சுருங்கி நகரங்கள் வளர்ந்து வருகின்றன. 1950களில் 85% இந்தியா கிராமங்களில் வாழ்ந்தது. இப்போது தமிழகம் 45% நகரமயம் ஆகிவிட்டது. இத்தகைய அசைவியக்கத்தால் கிராமங்களில் நகரியம் (rural urbanism) வளர்ந்தது. இது ஒரு புதிய அம்சமாக, ஒரு வேகமான பண்பாட்டு மாற்றமாகக் காட்சி பெற்றது. அவ்வாறே, நகரங்களில் கிராமியம் (urban ruralism) பதியம் பெற்றது. சுருக்கமாகச் சொன்னால் கிராம-நகரத் தொடர்பாடல் (rural-urban continuum) தொடர்ந்து வலுவடைந்தது. காலனியம் இன்னும் பல பாரதூரமான மாற்றங்களையும் உண்டாக்கின. அவை பற்றி இங்கு விரிவாகப் பேசுவதற்கு இடமில்லை.

14. பின்காலனியமும் பண்பாட்டு வரலாறும்

உலக நாடுகளில் புவியியல் காலனியம் அகற்றப்பட்ட பின்னர் 'கலாச்சார காலனியம்' உருவாக்கம் பெற்றுவிட்டது. காலனிய நாடுகளுக்கு விடுதலை கொடுத்துவிட்டு ஐரோப்பிய தேசங்கள் உலகெங்கும் LPG என்ற ஆக்டோபஸ் மூலம், அதாவது தாராளமயம், தனியார்மயம், உலகமயம் மூலம் உலகையே கலாச்சார காலனியாக மாற்றிவிட்டது.

இந்தக் கலாச்சாரக் காலனியத்தில் உலகத்தின் வாயில்கள் திறக்கப் பட்டுவிட்டன. தேசங்களின் எல்லைகள் பண்பாட்டு ரீதியாக கரைந்து வருகின்றன. உலகெங்கும் 'நுகர்வுப் பண்பாடு' இன்று வாழ்வியல் அம்சமாக உருவெடுத்துள்ளது. பழைய காலத்தில் கடன் வாங்குவது ஏழ்மையைக் காட்டும். இன்றோ நிதி நிறுவனங்களில் கடன் வாங்குவது பெருமையாகப் பேசப்படுகிறது. முதலாளிகளின் மூலதனம் வாழ்வை நுகர்வுப் பண்பாட்டுக்கு இட்டுச் சென்றுள்ளது.

பிந்தைக் காலனியம் இத்தகைய சூழலை உருவாக்கிவிட்டாலும், பிந்தைக் காலனிய நவீனத்து அறிவுப் புரட்சி பாரதூரமான மாற்றங்களை முன்னிறுத்தியுள்ளது. இது ஒரு பெரிய பேசுபொருள் என்றாலும், இங்கு மிகச் சுருக்கமாகக் காண்போம்.

ஒற்றை வரலாறு தேவையில்லை; பன்மை வரலாறுகளை முன்னெடுப்போம். பருநிலை வரலாறு (macro-history) வேண்டிய

தில்லை; நுண்ணிலை வரலாறு (micro-history) எழுதுவோம். பிரதேசங்களின் வரலாறுகள் தெரிந்துவிட்டன; உள்ளூர் வரலாறுகளை எழுதுவோம். பொது வரலாறு கிடைத்துவிட்டது; மாற்று வரலாறு, அடித்தள வரலாறுகளை எழுதுவோம். பெருஞ்சமூக வரலாறுகள் வந்தது போதும்; சிறு குடிகளின் வரலாறு எழுதுவோம் என்பன போன்ற தீவிர பரிசீலனைகள் அனைத்தும் பின்நவீனத்துவம் சிந்தனை முறையில் தோன்றியவை. இந்தப் போக்கு பண்பாட்டு வரலாற்றிலும் பிரதிபலிக்கின்றது. இது அடையாளத்தைக் கட்டுடைப்பதிலிருந்து தொடங்க வேண்டும் என்பதை நாமறிவோம் (மார்க்ஸ், அ. 2018: 150-151).

இன்றைய சூழலில் 'அங்கீகாரத்தின் அரசியல்' (politics of recognition) பலதளங்களில் காணப்படுகிறது. பன்மியப் பண்பாட்டியம் நிலவும் தேசத்தில் அதன் அனைத்துப் பண்பாடுகளையும் முன்னிலைப் படுத்துவது அங்கீகாரம் பற்றிய பிரச்சினையாகும். சனநாயகக் கோட்பாடுகள் நவீன காலத்தில் வேரூன்ற வேண்டும். பேச்சுச் சுதந்திரம், கருத்துச் சுதந்திரம், எழுத்துச் சுதந்திரம் ஆகிய மூன்றுமே சனநாயகக் கோட்பாடுகளின் அடித்தளம். இவை பண்பாடு, மொழி, மதம், இனம், நிறம், பாலினம் முதலானவற்றின் அங்கீகாரத் திலும் பிரதிபலிக்கப்பட வேண்டும் (மேலது: 147-154).

காலனியச் சூழலில் உருவான உருவாக்கங்கள் பலவும் கட்டுடைக்கப்பட வேண்டும். 'இந்து' எனும் கட்டுமானம் பன்மியத்தை ஒடுக்கி ஒதுக்குகிறது. பழங்குடிகள், குற்றச் சமூகங்கள், பிற்பட்ட சாதிகள், சிறுபான்மைச் சமூகங்கள் முதலான வர்க்கப் பார்வையுடைய கருத்தினங்கள் மாற்றப்பட வேண்டும். இந்தியப் பண்பாட்டில் கூட்டுமரபு (great tradition), தனிமரபு (little tradition) ஆகிய மேலும் இரு வர்க்கக் கருத்தினங்கள் சுதேசிப் பண்பாடுகளை அடையாளம் இழக்கச் செய்துள்ளன. இவற்றை இந்திய, தமிழ்ச் சூழலில் 'இயல் மரபு', 'அயல் மரபு' எனும் கருத்தாக்கங்களுடன் அணுகுவதே இந்த மண்ணுக்கும் மக்களுக்கும் உரியவையாகும்.

இந்நிலையில் இந்திய, தமிழகச் சூழலில் பண்பாட்டுத் தேசியம் (cultural nationalism) முன்னிலை பெற வேண்டும். அது இந்த தேசத்தின் ஒவ்வொரு மொழிச் சமூகத்தின், ஒவ்வொரு வட்டார சமூகத்தின், தனித்தனியான சமூகத்தின் பண்பாட்டுப் பன்மியத்தை அடையாளப்படுத்த வேண்டும்; அங்கீகரிக்க வேண்டும்.

2

இன வரலாறு

இந்தியத் துணைக் கண்டத்தின் இனவரலாறு இப்போது புதிய நோக்கில் ஆராயப்பட்டு வருகிறது. அதில் முக்கிய இடம் வகிப்பது அண்மைக்கால தொல்லியல், மரபணுவியல் (DNA) ஆய்வுகளாகும். இத்தகைய ஆய்வு முடிவுகள் நீண்டகாலமாக நிலவிவரும் ஆதி இந்தியர்கள் யார் என்ற கேள்விக்கு விடை சொல்கின்றன.

இது பற்றிய ஒரு மிக முக்கியமான நூல் அண்மையில் வெளி வந்துள்ளது. ஆதிஇந்தியர்கள்: நம்முடைய மூதாதையர் யார், அவர்கள் எங்கிருந்து வந்தனர்? (Early Indians: The Story of Our Ancestors and Where We Came From, 2018) என்பதே அந்த நூல். இதனை எழுதியவர் டோனி ஜோசப் (Tony Joseph-பி. 1963).

இவர் பிசினஸ் வேர்ல்டு எனும் வணிக இதழின் மேனாள் பதிப்பாசிரியர். பல்வேறு முன்னணி இதழ்களில் காத்திரமான பங்களிப்பைச் செய்து வந்தவர். வரலாற்றுக்கும் முற்பட்டகால இந்தியா பற்றி எல்லோரும் கவனிக்கத்தக்க கட்டுரைகளைத் தொடர்ந்து எழுதி வந்தார். இத்தகைய ஆய்வுகளில் இன்று ஈடுபட்டு வரும் எல்லா முக்கியமான ஆய்வாளர்களிடமும் தொடர்புகொண்டு விவாதித்து இந்நூலினை டோனி ஜோசப் எழுதியுள்ளார். இவருடைய எழுத்துக்கள் பெரும் வரவேற்பைப் பெற்றன.

இந்தியா இப்போது ஓர் ஆடுகளமாகிவிட்டது. இனவரலாறு, பண்பாட்டு வரலாறு இரண்டும் இங்குக் கடுமையான விவாதங்களை எழுப்பியுள்ளன. சிந்துவெளி நாகரிகமா? சரஸ்வதி நாகரிகமா? எனும் விவாதம் தொடர்ந்து கொண்டிருக்கிறது. ஆரியருக்கும் முந்தையோரே இந்தியாவின் பூர்வ குடிகள் என்பது இன்னொரு வாதம். இல்லை இல்லை ஆரியரும் இந்தியப் பூர்வகுடிகளே என்பது மற்றொரு

வாதம். இந்த இரண்டு வாதங்களும் ரயில் தண்டவாளம்போல் இணைக்கோடுகளாகச் சென்று கொண்டிருக்கின்றன.

இத்தகைய முடிவுறாத விவாதச் சூழலில் அண்மைக்காலத் தொல்லியல் ஆய்வுகளும் அவற்றிற்குக் கிடைத்துள்ள நவீன, அறிவியல் பூர்வமான காலக் கணிப்பும் முக்கியமானவை. மேலும், அண்மைக்கால மரபணுவியல் ஆய்வுகள் மேற்கண்ட விவாதங்களும் ஒரு முற்றுப்புள்ளி வைத்துள்ளன. இத்தகைய ஆய்வுகளை மேலைப் புலத்தார் செய்திருப்பது இதுவரை நிலவிவந்த சர்ச்சைகளை முடிவுக்குக் கொண்டு வந்திருக்கிறது.

ஆதி இந்தியர்கள் நூலில் டோனி ஜோசப் இத்தகைய சர்ச்சைகளை விவாதிக்கிறார். அண்மைக்கால ஆய்வுகளின் வெளிச்சத்தில் புதிய தடத்தைக் காட்டுகிறார். இன்றைய நவீன இந்தியர்களின் மூதாதையர் யார்? என்ற கசப்பான, அருவருக்கத்தக்க நடப்பு விவாதங்களுக்கு ஒரு முற்றுப்புள்ளியும் வைத்துள்ளார்.

ஆதி இந்தியர்கள் யார்? என்ற மிக முக்கியமான கேள்விக்கு மரபணுவியல் விடை கிடைத்துள்ளது. இப்புலத்தில் இன்று உலகப் புகழ்பெற்ற மரபணுவியல் அறிஞர் டேவிட் ரீய்க் (David Reich) ஆய்வு முடிவுகள் வரை டோனி ஜோசப் பேசுகிறார். டேவிட் ரீய்க் ஹார்வர்டு மருத்துவப் பள்ளியின் (Harvard Medical School) புகழ்பெற்ற மருத்துவ உயிரியல் அறிஞர். இவர் எழுதியுள்ள நாம் யார், இங்கு நாம் எப்படி வந்தோம் (*Who We Are and How We Got Here, 2018*) எனும் மிக முக்கியமான நூலில் பேசுகின்ற ஆய்வு முடிவுகளையும் டோனி ஜோசப் விவாதத்திற்கு எடுத்துக் கொள்கிறார்.

டோனி ஜோசப்பின் ஆதி இந்தியர்கள் கடந்த பத்து ஆண்டுகளில் *(2010-2019)* வெளிவந்த சிறந்த அ-புனைவு நூலிற்கான 'டாடா லிட் லைவ்' விருதினைப் பெற்றுள்ளது. சக்தி பட் (Shakti Bhatt) முதல் நூல் பரிசு, அ-புனைவிற்கான 'அட்டா கலாட்டா' (Atta Galatta) விருதினையும் பெற்றுள்ளது.

டோனி ஜோசப்பின் ஆதி இந்தியர்கள் நூலுக்கு ஒரு தனிச் சிறப்புண்டு. இந்த நூலில் நான்கு இயல்களை அமைத்துள்ளார். பின்வரும் இந்த நான்கு இயல்களின் தலைப்புகளே நூலின் ஆழமான முடிவுகளைச் சொல்கின்றன.

1. முதல் இந்தியர்கள் (The First Indians)
2. முதல் விவசாயிகள் (The First Farmers)

3. *முதல் நகரவாசிகள்: ஹரப்பா மக்கள்*
   (The First Urbanites: The Harappans)
4. *கடைசியாக வந்த குடியேறிகள்: ஆரியர்கள்*
   (The Last Migrants: The Aryans)

இந்தியாவில் குடியேறிய முதல் இந்தியர்கள் ஆரியரல்லாதார் என்கிறார் டோனி ஜோசப். முதல் விவசாயிகளும் ஆரியரல்லாதாரே. மேலும், முதல் நகரவாசிகள் ஹரப்பா மக்கள் என்றும், இவர்களும் ஆரியர் அல்லாதவர்கள் என்றும் விவாதிக்கிறார். இந்தியாவில் கடைசியாக வந்த குடியேறிகள் ஆரியர்கள் என்கிறார். இந்த முடிவுகளை முன்னிறுத்தும் ஆய்வு விவாதங்கள் அறிவியல் அடிப்படையிலானவை என்பதையும் காட்டுகிறார்.

இந்நூலின் தொடக்கத்தில் இந்தியாவின் முன் வரலாற்றுக்கால நவீன மனிதன் பற்றிய சுருக்கமான காலக்கணிப்பு ஒன்றைக் கொடுத்துள்ளார்.

3,00,000 ஆண்டுகளுக்கு முன்பு

ஹோமோ செப்பியன் என்பவனே நவீன மனிதன். இவனுடைய மிகத் தொன்மையான புதைபடிவம் 3 லட்சம் ஆண்டுகளுக்குரியதாக உள்ளது. இது முதன் முதலில் மொரோக்கோ நாட்டில் சாஃபி (Safi) எனும் நகரத்தில் கிடைத்தது.

1,80,000 ஆண்டுகளுக்கு முன்பு

ஆப்பிரிக்காவிற்கு வெளியே நவீன மனிதனின் புதைபடிவம் கிடைத்த காலம். வடக்கு இஸ்ரேலில் மிஸ்லியா (Misliya) எனும் குகை இடுக்கில் இந்தப் புதைபடிவம் கிடைத்தது.

70,000 ஆண்டுகளுக்கு முன்பு

மரபணுவியலாரின் (Geneticists) கருத்துப்படி இக்கால கட்டத்தில்தான் மனித இனம் வெற்றிகரமாக ஆப்பிரிக்காவை விட்டுப் புலம்பெயரத் தொடங்கியது. உலகின் தென்புலம் வழியாக இப்புலப்பெயர்வு நடைபெற்றது. ஆப்பிரிக்காவிலிருந்து செங்கடலின் தென்முனை வழியாக ஆசியா (இன்றைய ஏமன்) வந்தடைந்தனர்.

65,000 ஆண்டுகளுக்கு முன்பு

ஆப்பிரிக்காவை விட்டுக் கிளம்பிய ஒரு பிரிவினர் இந்தியா

வந்தடைந்த காலமிது. இதற்கு முன்பேயே இங்கு வந்து மத்திய இந்தியாவிலும், தென்னிந்தியாவிலும் வாழ்ந்து கொண்டிருந்தவர்களிடமிருந்து இவர்கள் விலகி உள்நாட்டு வழியாகவும் கடலோரம் வழியாகவும் வந்து இந்தியத் துணைக் கண்டத்தை அடைந்தனர். ஒரு பிரிவினர் தென்கிழக்காசியா, கிழக்காசியா, ஆஸ்திரேலியா முதலான இடங்களுக்குச் சென்றடைந்தனர்.

60,000-40,000 ஆண்டுகளுக்கு முன்பு

இந்தக் காலகட்டத்தில்தான் ஆப்பிரிக்காவிலிருந்து வெளியேறிய மக்களின் வம்சாவளியினர் மத்திய ஆசியாவிலும் ஐரோப்பாவிலும் குடியமர்ந்தார்கள்.

40,000 ஆண்டுகளுக்கு முன்பு

ஐரோப்பாவில் நியாண்டந்தால் மனித இனம் மறைந்து, அற்றுப் போனது. இந்த மக்களின் கடைசிப் புகலிடமாக இருந்தது தென்மேற்கு ஐரோப்பாவில் உள்ள ஐபீரிய முந்நீரகம் (இன்றைய போர்ச்சுகல், ஸ்பெயின்) ஆகும்.

45,000-20,000 ஆண்டுகளுக்கு முன்பு

ஆப்பிரிக்காவிலிருந்து இந்தியாவிற்கு வந்தவர்களில் நுண்கற் கருவிகள் செய்யும் தொழில்நுட்பத்தைப் (microlithic technology) பயன்படுத்தத் தொடங்கிய காலம். இந்தக் காலகட்டத்தில் மத்திய இந்தியாவிலும் கிழக்கிந்தியாவிலும் மக்கள்தொகை பெருகத் தொடங்கியது. தென்னிந்தியாவிலும் இவர்கள் நிலையான வாழ்வைத் தொடங்கினர்.

16,000 ஆண்டுகளுக்கு முன்பு (14,000 பொ.ஆ.மு.)

நவீன மனிதன் அமெரிக்கா சென்றடைகிறார்கள். உலகில் நவீன மனிதர்கள் குடியமர்ந்து வாழத் தொடங்கிய முக்கிய கண்டமாக அமெரிக்கா விளங்கியது.

7,000-3000 பொ.ஆ.மு.

ஈரானிய விவசாயிகள் சாக்ரோஸ் பகுதியிலிருந்து (Zagros region) தெற்காசியாவிற்குப் புலம்பெயர்ந்தனர். இந்தக் காலப் பகுதியில் முதல் இந்தியர்களின் வம்சாவளியினருடன் இனக்கலப்பும் நிகழ்ந்தது.

இத்தகைய இனக்கலப்பு ஏற்பட்ட காலம் 4,700 பொ.ஆ.மு.-3,000 பொ.ஆ.மு. என மரபணுவியலார் மதிப்பிடுகின்றனர்.

7,000 பொ.ஆ.மு.

பலுச்சிஸ்தானம் போலன் மலைகளின் (Bolan hills) அடிவாரத்தில் இன்று மெஹர்கர் (Mehrgarh) எனப்படும் கிராமம் 7,000 பொ.ஆ.மு. வாக்கில் மிகவும் முக்கியமானது. சிந்துவெளி தொடங்கி மத்திய தரைக்கடல் வரையுள்ள பிரதேசங்களில் ஏற்பட்ட மிகப்பெரிய விவசாயக் குடியிருப்பாகத் தோன்றியது.

7,000 பொ.ஆ.மு.

உத்திரப்பிரதேசத்தில் சாண்ட கபிர் நகர் மாவட்டத்தில் மேல் கங்கைச் சமவெளியில் லகுரதீவா (Lahuradewa) எனும் நிலையான குடியிருப்பில் நெல் அறுவடை நிகழ்ந்துள்ளது. இங்கும் மேற்கூறிய மெஹர்கர் கிராமத்திலும் நடந்த நெல் விவசாயம் என்பது மானாவாரியிலிருந்து நடவு செய்யும் நெல் விவசாயத்திற்கு நடந்த பரிசோதனையாக இருக்கலாம்.

5,500-2,600 பொ.ஆ.மு.

ஹரப்பா நாகரிகத்தின் தொடக்கக் காலம். விவசாய ஊர்கள் நகரங்களாக உருமாறத் தொடங்கிய காலகட்டம். இந்தியாவில் கலிபங்கன், ராக்கி கார்ஹி பாகிஸ்தானில் பனவாளி, ரஹ்மான் தேரி ஆகிய இடங்கள் இத்தகைய உருமாற்றங்களைக் கண்டன.

3,700-1,500 பொ.ஆ.மு.

இந்தியாவின் பல்வேறு பகுதிகளிலும் விவசாயம் பரவிவிட்ட காலகட்டம். கிழக்கு ராஜஸ்தான், தென்னிந்திய, மத்திய இந்தியாவில் விந்தியப் பகுதி, கிழக்கிந்தியா, காஷ்மீரில் சுவாட் பள்ளத்தாக்கு (Swat valley) முதலான பகுதிகளில் விவசாயம் நடைபெற்றது.

2,600-1,900 பொ.ஆ.மு.

முதிர்ச்சி பெற்ற அல்லது வளர்ச்சியடைந்த ஹரப்பா நாகரிகத்தின் காலமிது. ஹரப்பா நாகரிகத்தின் சிறப்புகளை இங்குக் கவனப்படுத்திக் கொள்ளலாம்.

2,300-1,700 பொ.ஆ.மு.

ஆக்சஸ் நதி என்பது அமுதார்யா என்றும் அழைக்கப்படும். இந்த ஆறு வடக்கு ஆப்கானிஸ்தானம், தெற்கு உஸ்பெகிஸ்தான், மேற்கு டஜிகிஸ்தான் பகுதிகளில் ஓடுகிறது. இங்கு ஏற்பட்ட நாகரிகத்திற்குரிய மக்கள் ஹரப்பா நாகரிக மக்களோடு வணிகத் தொடர்புகளையும் பண்பாட்டு உறவுகளையும் கொண்டிருந்தனர்.

2,100 பொ.ஆ.மு.

கசாக் ஸ்டெப்பி (Kazakh Steppe) பகுதியிலிருந்து தெற்கு நோக்கி மத்திய ஆசியப் பகுதிகளுக்குக் கால்நடை மேய்க்கும் ஆயர்குடியினர் இடம்பெயரத் தொடங்கினார்கள். அதாவது இன்றைய துர்க் மெனிஸ்தான், உஸ்பெகிஸ்தான், டஜிகிஸ்தான் ஆகிய இடங்களுக்கு வந்தடைந்தனர். ஒரு பகுதியினர் இந்த இடங்களை அடையாமல் இதே காலகட்டத்தில் (2,000-1,000 பொ.ஆ.மு.) தெற்காசியா வந்தடைந்தனர்.

2,000 பொ.ஆ.மு.

இக்காலகட்டத்தில் இரண்டு பெரும் புலப்பெயர்வுகள் நிகழ்ந்தன. சீனாவிலிருந்து கிளம்பிய மக்கள் தென்கிழக்காசியாவில் விவசாயப் புரட்சியை உண்டாக்கினார்கள். ஆஸ்திரிய-ஆசிய மொழிகளைக் (Austroasiatic languages) கொண்டு வந்தார்கள். புதிய தாவரங்களையும் புதிய நெல் வகையையும் இந்தியாவிற்குக் கொண்டு வந்தார்கள்.

2,000-1,000 பொ.ஆ.மு

நடு ஆசியாவில் வாழ்ந்து கொண்டிருந்த ஸ்டெப்பி ஆயர் குடியினர் பலகட்டங்களாகத் தெற்காசியாவுக்குப் புலம்பெயர்ந்து வந்தார்கள். இவர்கள் இந்திய-ஐரோப்பிய மொழிகளையும், புதிய சமயங் களையும், பண்பாட்டு முறைகளையும் கொண்டு வந்தார்கள்.

1,900-1,300 பொ.ஆ.மு.

ஹரப்பா நாகரிகத்தின் இறுதிக் காலமிது. அதன் உச்சம் கலைந்து அழிந்து ஒரு முடிவுக்கு வரும் நிலை இக்காலகட்டத்தில் ஏற்பட்டது. நீண்டகாலத் தொடர் வறட்சியும் பஞ்சமும் இந்த அழிவுக்குக் காரணமாகும். இத்தகைய அழிவு நிலை மேற்காசியா, எகிப்து, சீனா முதலான நாகரிகங்களிலும் காணப்பட்டது.

அறிமுகம்

இந்த நூல் இப்போது ஏன் எழுதப்பட்டது என்பதை ஏழாம் பக்கத்தில் குறிப்பிடுகிறார். இந்தியர்களாகிய நாம் எப்படி வந்தோம் என்பது பற்றி 'அறிமுகம்' பகுதியில் டோனி ஜோசப் விளக்குகிறார். மனிதகுலம் பற்றிய புரிதல் கடந்த 5 ஆண்டுகளில் மிகப் பெருமளவு மாறியுள்ளது. வரலாற்றுக்கும் முற்பட்ட கால வரலாறு இப்போது புதிய முறையில் எழுதப்படுகிறது. காரணம் ஆயிரக்கணக்கான ஆண்டுகளுக்கு முன்னர் வாழ்ந்த ஆதி மனிதர்களின் மரபணு புதிய விளக்கங்களைக் கொடுக்கின்றது.

ஆறு வருடங்களுக்கு முன்பிருந்த புரிதல் இப்போது தலைகீழாக மாறிவிட்டது. அதற்கெல்லாம் காரணம் புராதன கால DNA பற்றிய ஆய்வுகளும் அவற்றால் கிடைக்கும் அறிவியல் உண்மைகளும்தான்.

2010 வரை மேற்கொள்ளப்பட்ட தொல்லியல் சார்ந்த ஆய்வுகள் பழைய ஆய்வுகளின் தொடர்ச்சியாக அமைந்தன. கடந்த 40,000 ஆண்டுகளாக இந்தியத் துணைக் கண்டத்தில் வெளியிலிருந்து இந்தியாவிற்குள் எந்த ஒரு புலப்பெயர்வும் குடியமர்வும் நிகழவில்லை என்ற முடிவுகளையே நிரூபித்தன (ஜோசப், டோனி 2018: 10).

தீவிரமான மரபணு ஆய்வுகள் மேற்கொண்ட பிறகு ஒரு மிக முக்கியமான முடிவு கிடைத்திருக்கிறது. இந்தோ-ஐரோப்பிய மொழி பேசும் ஆரியர்கள் நடு ஆசியாவிலிருந்து 4,000 ஆண்டுகளுக்கு முன்புதான் இந்தியாவிற்குள் வந்து சேர்ந்தனர். உலகமனைத்தும் உள்ள அறிவியல் அறிஞர்கள் 93 பேர் மார்ச் 2018இல் எழுதி வெளியிட்ட 'தெற்காசியாவிலும் நடு ஆசியாவிலும் ஏற்பட்ட மரபணு உருவாக்கம்' (The Genomic Formation of South and Central Asia, 2018) எனும் கட்டுரை இந்த முடிவைக் கூறுகிறது. இந்த ஆய்வின் இயக்குநர்களில் டேவிட் ரீய்க், குமாரசாமி தங்கராஜ் ஆகிய இருவரும் இருந்தனர். மரபணுவியல் ஆய்வு முடிவுகளே இத்தகைய புதிய முடிவுகளைக் கொடுத்தன.

முதல் இந்தியர்

'முதல் இந்தியர்கள்' என்பதே இந்த நூலின் முதல் இயல். இந்தியாவின் ஆதி மனிதர்களைப் பற்றி மிக நெருக்கமாக அறிய வேண்டுமானால் நாம் பீம்பெட்கா (Bhimbetka) மலைகளுக்குச் செல்ல வேண்டும். இம்மலைகள் மத்தியப்பிரதேசத்தில் ரெய்சன் மாவட்டத்தில் உள்ளன.

தலைநகர் போபாலிலிருந்து 45 கி.மீ. தூரத்தில் உள்ளன. திருப்பதி போன்று ஏழு மலைகள் கொண்டது பீம்பெட்கா. இயற்கை எழில் மிகுந்து எல்லா வகையான உணவு ஆதாரங்களையும் கொண்ட மலைகள் இவை. ஆதி மனிதர்கள் தங்கி வாழ்ந்ததற்கான ஏராளமான குகைகள் இன்றும் உள்ளன.

இந்தியாவிற்குள் முதல் மனிதன் எப்போது வந்தான் எனத் தொல்லியல் அறிஞர்களைக் கேட்டால் 1,20,000 ஆண்டுகளுக்கு முன்னர் என்பார்கள். ஆனால் மக்கள்தொகை மரபணுவியல் அறிஞர்களைக் (population geneticists) கேட்டால் 65,000 ஆண்டு களுக்கு முன்னர்தான் வந்தார்கள் என்று கூறுவார்கள். இதற்கான விளக்கங்களை டோனி ஜோசப் (2018: 17) விளக்குகிறார்.

ஆப்பிரிக்காவிற்கு வெளியே கிடைத்த மிகப் பழைமையான மனிதப் புதைபடிவம் வடக்கு இஸ்ரேலில் மிஸ்லியா (Misliya) எனுமிடத்தில் கிடைத்தது. இதன் காலம் 1,80,000 ஆண்டுகள் என 2018 சனவரியில் தொல்லியல் அறிஞர்கள் தெரிவித்தனர்.

ஜெர்மனியில் மேக்ஸ் பிளாங்க் நிறுவனத்தைச் (Max Planck Institute) சேர்ந்த மைக்கேல் பெட்ராகிலியா (Michael Petraglia) ஏப்ரல் 2018இல் தெரிவித்த கருத்து இங்கு நோக்கத்தக்கது. சவுதி அரேபியாவில் இன்று பாலைவனமாக உள்ள இடத்தில் 10,000 பழைமையான ஏரிகள் இருந்தன என்றும், அவற்றில் 200 ஏரிகளைக் கண்டறிந்ததாகவும், அவற்றில் 80% தொல்லியல் சான்றுகள் கிடைத்தன என்றும் தெரிவித்திருந்தார் (மேலது: 31). சவுதி அரேபியாவில் அல் ஊஸ்தா (Al Wusta) எனும் வரலாற்றுக்கும் முந்தைய கால ஏரியில் கிடைத்த நவீன மனிதனின் விரலுக்குரிய புதைபடிவத்தின் காலம் 88,000 ஆண்டுகளுக்கு முன்னர் ஆகும் (மேலது: 31).

இன்றைய நாள்வரை கிடைத்துள்ள சான்றுகளின்படி நவீன மனிதன் ஆப்பிரிக்காவில் தோன்றிய காலம் 3,00,000 ஆண்டுகளுக்கு முன்பாகும். அந்த மக்கள் எகிப்தை வந்தடைந்தபோது 1,80,000 ஆண்டுகள் என்றும், சவூதி அரேபியா வந்தபோது 88,000 ஆண்டுகள் என்றும் தொல்லியல் அறிஞர்கள் மதிப்பிடுகின்றனர்.

ஆப்பிரிக்காவை விட்டு வெளியே கிளம்பி புலம்பெயர்ந்து சென்ற நவீன மனிதனின் கதைதான் நமக்கு முக்கியமாகிறது. இன்னொரு உலகத்தின் சூழலை டோனி ஜோசப் நமக்கு விளக்குகிறார். அந்த உலகம்தான் ஆஸ்திரேலியா. ஆஸ்திரேலியாவில் குயின்ஸ்லாந்து

பல்கலைக்கழகத்தைச் சேர்ந்த கிரிஸ் கிளார்க்சன் (Chris Clarkson) என்பாரின் தலைமையிலான ஆய்வுக்குழு ஜூன் 2018இல் கூறிய கருத்து மிக அண்மைக்காலத்துக்குரியது.

இந்தக் குழுவின் கருத்துப்படி ஆஸ்திரேலியாவில் நவீன மனிதன் வந்தடைந்த காலம் 59,300-70,700 ஆகும். இதன் மையப் புள்ளி 65,000 ஆண்டுகளாக அமைகிறது. ஏமன் நாட்டு வழியாக ஆஸ்திரேலியா வந்தடைந்த காலம் இதுவென மதிப்பிடுகின்றனர். இந்த தூரத்தைக் கடந்துவர 4,000-5,000 ஆண்டுகள் எடுத்துக் கொண்டனர் என்றும் கருதுகின்றனர். மரபணுவியல் ஆய்வுப்படி பார்த்தால் ஆஸ்திரேலியாவை இந்த மக்கள் சற்று வேகமாகவே சென்றடைந்தனர் எனலாம் (மேலது: 42).

அடுத்தது அமெரிக்காவின் சூழலை விளக்குகிறார் டோனி ஜோசப். அலாஸ்கா வழியாக தென் அமெரிக்காவின் முனையை வந்தடைய 21,000 கிலோமீட்டர்கள் பயணம் செய்திருக்கிறார்கள். இங்கு 16,000 ஆண்டுகளுக்கு முன்புதான் வந்தடைந்தனர் (மேலது: 39-40).

இலங்கையில் மிகவும் பழமையான நவீன மனிதனின் புதை படிவம் கலுத்தரா மாவட்டத்தில் பா ஹியீன் (Fa Hien) குகைகளில் கிடைத்தது. இதன் காலம் 35,000 ஆண்டுகளுக்கு முன்பாகும் (மேலது: 42). 28,000 ஆண்டுகள் பழமையான நவீன மனிதனின் புதைபடிவங்களும் இலங்கையில் கிடைத்துள்ளன. அவை பட்ட தொம்பலெனா குகைகளில் (Batadombalena caves) கிடைத்தன. இவை நுண்கற்கருவிகள் உள்ள இடத்தில் கிடைத்துள்ளன என்பதையும் கவனத்தில் கொள்ளலாம். இக்கருவிகள் இடைக்கற்காலத்திற்குரியவை.

டோனி ஜோசப் அந்தமானில் வாழும் தொல்குடிகள் பற்றியும் இந்நூலில் பேசியிருக்கிறார். அந்தமானில் வாழும் ஓங்கே (Onge) தொல்குடிகள் ஆப்பிரிக்காவிலிருந்து வெளியே கிளம்பி புலம் பெயரத் தொடங்கிய மக்களின் நேர் வம்சாவளியினராக அந்தமான் வந்தவர்கள். இவர்கள் மற்ற பிரிவினர்களிடம் அதிகம் கலக்காமல் வந்து சேர்ந்ததால் இன்றும் ஓங்கே மக்கள் ஆப்பிரிக்க இனச் சாயலை அப்படியே கொண்டுள்ளார்கள் (மேலது: 46-47).

கற்கால மக்கள் தயாரித்த பல்வேறு கருவிகளைக் கொண்டு அவர்களின் படிமலர்ச்சியை அறியலாம். பழங்கற்காலத்தில் (palaeolithic period) கைக்கோடரி (hand-axe) மிக முக்கியமான ஆயுதம். இது கரடு முரடான தடியான கல்லாயுதமாகும். ஆனால், அதற்கடுத்த

இடைக்கற்காலத்தில் (mesolithic period) கற்கருவிகள் சிறிய அளவில் மாறின. இவற்றை நுண்கற்கருவிகள் (microliths) என்கிறோம்.

இவ்விரண்டு காலங்களில் ஆதிகாலமாகிய பழங்கற்காலக் கருவிகள் தமிழகத்தில் அத்திரம்பாக்கத்தில் கிடைத்துள்ளன. இது சென்னையிலிருந்து 69 கி.மீ. தூரத்தில் உள்ளது. இங்குக் கிடைத்த கற்கருவிகளின் காலம் 1.5 மில்லியன் ஆண்டுகள். கர்நாடகாவில் இத்தகைய கருவிகளின் காலம் 1.2 மில்லியன் ஆண்டுகள். மத்தியப் பிரதேசத்தில் மிடில்சன் பள்ளத்தாக்கு, இமயமலையை ஒட்டிய சிவாலிக் மலைகள் முதலான இடங்களிலும் நவீன மனிதர்கள் காலடி வைப்பதற்கு முன்னர் கற்கால மனிதர்கள் வாழ்ந்துள்ளனர். இவர்கள் ஹோமோ ஹைடல்பர்கன்சிஸ் அல்லது ஹோமோ எரக்டஸ் வகையினங்களைச் சேர்ந்தவர்களாக இருக்க வேண்டும்.

முதல் விவசாயிகள்

இந்த நூலின் இரண்டாம் இயல் முதல் விவசாயிகள் எனும் தலைப்பில் அமைந்துள்ளது. இந்த இயலில் இந்திய மக்களைப் பின்வரும் இரண்டு பெரிய பிரிவுகளாக இனங்காண்கிறார் டோனி ஜோசப்.

1. ஆதி வட இந்தியர்கள் (Ancestral North Indians-ANI)
2. ஆதி தென்னிந்தியர்கள் (Ancestral South Indians-ASI)

இவ்விரண்டு பிரிவுகளில் ஆதி தென்னிந்தியர்கள் இந்தியாவுக்கு வந்த முதல் மக்களின் கால்வழித் தொடர்ச்சிக்குரியவர்கள் என்கிறார் (டோனி ஜோசப் 2018: 89). ஈரானிய விவசாயிகளே இந்தியாவுக்குள் நுழைந்த முதல் மக்கள் என்கிறார் டோனி ஜோசப்.

ஆதி வட இந்தியர்கள் மேற்கு யூரேசியாவிலிருந்து வந்தவர்கள் என்கிறார். மிகச் சுருக்கமாகச் சொன்னால் இன்றைய தென்னிந்திய மக்களை முதல் இந்தியர்கள் (First Indians) என்றும், இன்றைய வடஇந்தியர்களை மேற்கு யூரேசியர் (West Eurasians) என்றும் அடையாளப்படுத்துகிறார் (மேலது: 87).

மேற்கூறிய முடிவுகளை அடைவதற்கு நவீன மரபணு ஆய்வுகளை அடிப்படையாகச் செய்தனர். இந்தியாவின் மக்கள் தொகை வரலாற்றை (India's population history) ஆராயும் இந்த ஆய்வில் 2009இல் ஓர் ஆய்வும், 2013இல் ஓர் ஆய்வும் வெளியிடப்பட்டன. ஹாவர்டு மருத்துவப் பள்ளியைச் சேர்ந்த டேவிட் ரீய்க் என்பவரும், அவருடைய பிராட் நிறுவன (Broad Institute of Harvard and MIT)

அறிஞரும், ஹைதராபாத்திலுள்ள நிறுவனத்தின் (Centre for Cellular and Molecular Biology) குமாரசாமி தங்கராஜ், லால்ஜி சிங் என்பவரும், இன்னும் மற்றவர்களும் இணைந்து வெளியிட்ட ஆய்வு முடிவுகளாகும்.

முதல் கட்டுரை: இந்திய மக்கள்தொகை வரலாற்றை மீட்டுருவாக்குதல், 2009 (Reconstructing Indian Population History).

இரண்டாம் கட்டுரை: இந்தியாவில் அண்மைக்கால மக்கள்தொகைக் கலப்பு பற்றிய மரபணுச் சான்றுகள், 2013 (Genetic Evidence for Recent Population Mixture in India).

டோனி ஜோசப் இந்த ஆய்வுக்கு எடுத்துக்கொண்ட வகை மாதிரி களைக் காட்டுகிறார். மூன்று வகையான ஆய்வு முறைகளைச் சொல்கிறார். இதில் பங்கேற்ற பிற அறிஞர்களின் விவரங்களையும் விளக்குகிறார் (மேலது: 84-97).

இந்த இயலின் மையக் கருத்து வருமாறு. ஹரப்பா நாகரிகத்திற்கு அச்சாணியாக விளங்குவது மெஹர்கர் (Mehrgarh) பகுதியாகும். அது இன்றைய பாகிஸ்தானில் உள்ளது. இந்த இடத்தில் மக்கள் 7,000 பொ.ஆ.மு. முதல் 2,600 பொ.ஆ.மு. வரை 4,400 ஆண்டுகள் வாழ்ந்தனர். அதன் உச்ச கட்டத்தில் 200 ஹெக்டேர் பரப்பளவில் இந்த வாழிடம் இருந்தது. சிந்துவெளி தொடங்கி மத்தியதரைக் கடல் வரையுள்ள அந்தக் காலகட்டத்தில் உலகில் வேறெங்கும் இவ்வளவு பெரிய வாழிடம் உருவானதில்லை.

இந்த மெஹர்கர் பகுதியில்தான் முதல் விவசாயம் 7,000 பொ.ஆ.மு. காலகட்டத்தில் மேற்கொள்ளப்பட்டது. மெஹர்கர் விவசாயிகள் அந்தக் காலக்கட்டத்திலேயே இரண்டு அல்லது மூன்று அறைகள் கொண்ட செங்கல் வீட்டில் வாழ்ந்துள்ளனர். இதன் பிறகு 4,500 ஆண்டுகள் கழித்து அல்லது 150 தலைமுறைகள் கழித்து நகர நாகரிகத்தைச் சிந்துவெளியில் உருவாக்கினார்கள் (மேலது: 97).

மெஹர்கர் பகுதியில் விவசாயம் மேற்கொண்டவர்களின் வம்சாவழி அனடோலியன் மூதாதையர் (இன்றைய துருக்கி) வழி வருகிறது. இந்தப் பிரிவினர் கிழக்கு ஈரான், துர்க்மெனிஸ்தான் பகுதிகளில் இருந்து வந்தவர்கள்.

இன்னுமொரு பிரிவினர் ஈரானின் சாக்ரோஸ் (Zagros) பகுதி யிலிருந்து வந்தவர்கள். இவர்களை 'ஈரானிய விவசாயிகள்' (Iranian agriculturists) என்பார். இவர்கள் முதல் இந்தியர்களோடு பின்னர் கலந்துவிட்டனர் (மேலது: 96).

இவ்வாறு சிந்துவெளியில் விவசாயம் மேற்கொண்ட விவசாயிகளே இந்தியாவின் முன்வரலாற்றுக் காலத்தில் ஒரு பெரும் திருப்பு முனையை உருவாக்கினார்கள் (மேலது: 97).

முதல் நகரவாசிகள்: ஹரப்பா மக்கள்

ஆதி இந்தியர்கள் நூலின் மூன்றாவது இயல் 'முதல் நகரவாசிகள்: ஹரப்பா மக்கள்' என அமைகிறது. இந்த இயலில் ஹரப்பா/சிந்துவெளி நாகரிகத்தின் சிறப்பியல்புகளை அதன் வளர்ச்சி நிலைகளை டோனி ஜோசப் விவரிக்கிறார். இவை பற்றி நமக்கு ஏற்கனவே நல்ல புரிதல் உண்டு என்பதால் அடுத்த இயலுக்குச் செல்லலாம்.

ஒரு கருத்தை மட்டும் இங்கு கவனிப்பது அவசியம். திராவிட மொழிகள் பற்றிப் பேசும்போது பொ.ஆ.மு. 2,600 கால கட்டத்தில் தான் 'வளர்ச்சியடைந்த ஹரப்பா' (Mature Harappan) தோன்றுகிறது. அதற்கு 200 ஆண்டுகளுக்கு முன்பே, அதாவது பொ.ஆ.மு. 2,800 வாக்கிலேயே திராவிட மொழிகள் தென்னிந்தியா வந்து சேர்ந்திருக்க வேண்டும் என்கிறார் டோனி ஜோசப் (2018: 149).

இன்னுமொரு முக்கியமான கருத்தையும் இங்கு டோனி ஜோசப் விவாதிக்கிறார். அது மொழியியல் அறிஞர் பிராங்க்ளின் சி. சவுத்வொர்த் மேற்கொண்ட தென்னாசியாவில் மொழியியல்சார் தொல்லியல் (*Linguistic Archaeology of South Asia, 2005*) பற்றிய ஆய்வாகும்.

இது ஒரு மிக முக்கியமான ஆய்வாகும். இதில் மகாராட்டிரம், குஜராத், வடமேற்கு இந்தியா முதலான பிரதேசங்களில் திராவிட ஊர்ப் பெயர்களும் ஆறுகளின் பெயர்களும் உள்ளன என்று நிரூபித்திருக்கிறார். வடகிழக்கு மகாராடட்டிராவில் ஆறுகளுக்குத் திராவிடப் பெயர்கள் இடப்பட்டுள்ளன. இவ்வாறே தென்மேற்கு மகாராட்டிராவிலும், கடலோரப் பகுதிகளிலும், குஜராத்திலும் திராவிடப் பெயர்கள் காணப்படுகின்றன. இது ஒரு காலத்தில் அங்குத் திராவிட மக்கள் வாழ்ந்ததையே காட்டுகிறது என்கிறார் சவுத்வொர்த் (மேலது: 150-152). ஆகவே 'திராவிட மகாராட்டிரம்' (Dravidian Maharashtra), 'திராவிட குஜராத்' ஆகிய அடையாளங்கள்

முன்வரலாற்றுக்கால இந்தியாவில் ஏற்பட்டன என்பதை சவுத்வொர்த் நிறுவியிருக்கிறார்.

கடைசி குடியேறிகள்: ஆரியர்கள்

இந்த நூலின் இறுதி இயலின் தலைப்பு கடைசிக் குடியேறிகள்: ஆரியர்கள் என வைக்கப்பட்டுள்ளது. இந்த நூலின் சிறப்பு என்ன வென்றால் ஒவ்வொரு இயலுக்கும் டோனி ஜோசப் வைத்துள்ள தலைப்புதான்.

இந்திய ஐரோப்பிய மொழி பேசுவோர் எப்போது இந்தியாவுக்குள் வந்தடைந்தனர் எனும் கேள்விக்கான மரபணு (DNA) ஆய்வு மார்ச் 31, 2018இல் கிடைத்தது. தெற்கு, மத்திய ஆசியாவில் மரபணு உருவாக்கம் (The Genomic Formation of South and Central Asia) எனும் ஆய்வு இது பற்றிய விளக்கங்களைத் தருகின்றது.

டோனி ஜோசப் தன் நூலின் இரண்டாம் இயலில் இது பற்றி விளக்கியிருக்கின்றார். இங்கு அதனைச் சுருக்கி நமக்குக் கவனப்படுத்துகிறார். மத்திய ஆசியாவின், தென்கிழக்கு ஸ்டெப்பி பகுதி ஆயர்களே (கசகஸ்தான் பகுதி ஆயர்கள்) இந்தியாவில் நுழைந்து தங்களை ஆரியர்கள் என்று அழைத்துக் கொண்டனர்.

ஆரியர்கள் இந்தியாவிற்கு பொ.ஆ.மு. 2,000க்குப் பிறகே வந்தார்கள் (மேலது: 201). இவர்கள் இங்கு வந்து சேருவதற்கு முன்பே உலக மக்கள் தொகையில் ஒரு குறிப்பிட்ட தொகையினர் இந்தியாவில் வாழ்ந்து கொண்டிருந்தனர். விவசாயம் செய்து கொண்டிருந்தனர்; நகர நாகரிகம் கண்டிருந்தனர் (மேலது: 201).

ஆரியர்கள் இங்கு வந்த பிறகு பொ.ஆ.மு. 1,700-1100 பொ.ஆ.மு. காலகட்டத்தில் வேதங்களை இயற்றினார்கள் என்று பல்வேறு சான்றாதாரங்களை முன்வைத்துக் கூறுகிறார் டோனி ஜோசப். ஹரப்பா நாகரிகம் பொ.ஆ.மு. 1,900யிலேயே சிதைவடையத் தொடங்கிவிட்டது என்பதையும் விவரிக்கிறார். ஆக, ஹரப்பா நாகரிகம் அழியத் தொடங்கி 200 ஆண்டுகளுக்குப் பின்பே வேதங்கள் இயற்றப் பட்டன என்பதையும் டோனி ஜோசப் (மேலது: 177) விவாதிக்கிறார்.

இந்தியாவில் மக்கள் இனங்கள் குடியேறி, பரவிய போக்குகள் பற்றி இன்றைக்கு மிகவும் ஆணித்தரமாக மரபணுவியல் ரீதியில் பேசுபவர் டேவிட் ரீய்க். கடந்த ஒரு தசாப்தமாக நடந்துவரும் மரபணுவியல் ஆய்வுகளை ஒருங்கிணைத்து இவர் எழுதியுள்ள

நூல் (2018) மிக முக்கியமானது. இவர் 90க்கும் மேற்பட்ட அறிஞர்களை ஒருங்கிணைத்துக் கண்ட முடிவுகளையும் தன் நூலில் பேசுகிறார். இந்த நூலில் பன்னிரண்டு இயல்களை எழுதியுள்ளார். அவற்றில் ஆறாவது இயல் இந்திய மக்களினங்கள் பற்றியது. இந்த இயலில் பின்வரும் முடிவுகளை அவர் கூறுகிறார் (ரீய்க், டேவிட் 2018: 122, 148-154).

1. ஆதி தென்னிந்தியர்கள் (Ancestral South Indians—ASI) *74,000* ஆ.மு. இந்தியாவுக்கு வந்த ஈரானிய விவசாயிகளும், இந்தியாவில் ஏற்கனவே வாழ்ந்துகொண்டிருந்த பூர்வகால வேட்டையாடி உணவு சேகரிப்பவர்களும் கலந்து உருவானவர்கள்.
2. ஆதி வடஇந்தியர்கள் (Ancestral North Indians-ANI) *4000-3000* ஆ.மு. மத்திய ஆசியா(இன்றைய கசகஸ்தான்), தென்கிழக்கு ஸ்டெப்பி ஆகிய இரண்டு பகுதிகளின் ஆயர்களும் ஈரானிய விவசாயிகளும் கலந்து உருவானவர்கள்.
3. இன்றைய இந்தியர்கள் (Present day Indians) *4,000-2,000* ஆ.மு. ஆதிதென்னிந்தியர்களும், ஆதி வடஇந்தியர்களும் கலந்து உருவானவர்கள். இந்தச் சமூகங்களுக்கு ஏற்ப கலப்பு 20% முதல் 80% வரை வேறுபடுகிறது என்கிறார் டேவிட் ரீய்க்.

டோனி ஜோசபிடம் மேற்கொண்ட நேர்காணல் ஒன்று இந்து தமிழ் திசை நாளிதழில் வெளிவந்தது. அதை இப்போது பார்க்கலாம்.

சிந்துவெளியின் மொழிவளம் தென்னிந்தியர்களிடமே உள்ளது !

ஆதி இந்தியர்கள் நூலாசிரியர் டோனி ஜோசப் நேர்காணல்

சு. அருண் பிரசாத், ஆதி வள்ளியப்பன்

'மனித இனம் எப்படித் தோன்றியது ? எப்போது, எப்படி இந்தியாவுக்கு வந்தது ? சிந்துவெளியில் வாழ்ந்த மனிதர்கள் யார் ? தென்னிந்தியாவில் வாழும் திராவிடர்கள்—தமிழர்கள் யார் ?' என்பன போன்ற பல்வேறு கேள்விகள் பல காலமாக விவாதிக்கப்பட்டு வருகின்றன.

கடந்த ஆண்டுத் தொடக்கத்தில் வெளியான எர்லி இந்தியன்ஸ்: தி ஸ்டோரி ஆஃப் அவர் ஆன்ஸெஸ்டர்ஸ் அண்ட் வேர் வீ கேம் ஃப்ரம் (*Early Indians: The Story of Our Ancestors and Where We Came From*) நூல் இந்தக் கேள்விகள் பலவற்றுக்கு ஆதாரபூர்வ பதில்களைத் தந்தது.

வாசகர் மத்தியில் வரலாற்று, அறிவியல் ஆர்வங்களைக் கிளர்த்திய இந்த நூலின் ஆசிரியர் டோனி ஜோசப், 30 ஆண்டுகளாக இந்தியாவின் முன்னணி வணிக இதழாளர்களுள் (Business journalist) ஒருவர் என்பது சுவாரசியமான முரண். இந்திய வரலாற்றுப் பின்னணியில் சர்ச்சைக்குரிய, நீண்டகாலமாக விவாதிக்கப்பட்டுவரும் பல கேள்விகளுக்குத் தொல்லியல், மரபணுவியல் ஆதாரங்களின் அடிப்படையில் திட்டவட்டமான பதில்களை இந்த நூல் வழங்குகிறது.

அ-புனைவு நூல்களுக்கான 'டாடா லிட் லைவ்!' விருது, 'சக்தி பட் முதல் நூல்' பரிசு, 'அட்டா கலாட்டா' பரிசு என மூன்று விருதுகளை இந்த நூல் இதுவரை பெற்றிருக்கிறது. விற்பனையில் சாதனை படைத்த இந்த நூல் தற்போது எட்டாம் மறுஅச்சில் இருக்கிறது; தமிழ் உட்பட ஏழு இந்திய மொழிகளில் மொழிபெயர்க்கப்பட்டு வெளியாகி யிருக்கிறது. டோனி ஜோசப் உடனான உரையாடலிலிருந்து:

முப்பது ஆண்டுகளுக்கும் மேலாக வணிக இதழாளராகப் பணியாற்றிய நீங்கள் தொல்பழங்காலம், தொல்லியல் சார்ந்த புத்தகத்தை எழுதியதன் நோக்கம் என்ன? அந்தத் துறை நோக்கி உங்களை ஈர்த்தது எது?

ஹரப்பா (சிந்துவெளி) நாகரிகத்தின் மேல் எப்போதுமே எனக்கு ஈர்ப்பு இருந்துவந்திருக்கிறது. எல்லோரையும் போல் பள்ளியில்தான் நானும் அதைப் பற்றி முதலில் படித்தேன். என்னுடைய கற்பனையில் ஆழமான தாக்கத்தை அது எப்போதும் செலுத்திவந்திருக்கிறது; நாளிதழ்களில் அதைப் பற்றி எந்தச் செய்தி வந்தாலும் தவறாமல் வாசிப்பதை வழக்கமாகக் கொண்டிருந்தேன்.

ஆறு அல்லது ஏழு ஆண்டுகளுக்குமுன், எனக்குச் சிறிது ஓய்வு கிடைத்தபோது, 'ஹரப்பர்கள் யார்; அவர்கள் எங்கு மாயமானார்கள்; பொ.ஆ.மு. (கி.மு.) 1,900 வாக்கில் சிந்துவெளி நாகரிகத்தின் வீழ்ச்சிக்குப் பிறகு, இந்தியாவில் மீண்டும் நகரங்கள் உருவாவதற்கு இடையில் 1,500 ஆண்டு இடைவெளி ஏன் ஏற்பட்டது' என்று எப்போதும் என்னைத் துரத்திக்கொண்டிருந்த கேள்விகளுக்கு விடைதேடும் முயற்சியில் இறங்கினேன்.

புத்தகத்தை எழுதத் தொடங்கியபோது, ஹரப்பர்களை மையப்படுத்தி யதாக மட்டுமே அது இருந்தது. அது குறித்துச் சமீப காலத்தில் பல்வேறு புலங்களில் நிகழ்ந்திருக்கும் ஆய்வுகளின் அடிப்படையில் அதற்கான

விடைகளை நெருக்கமாக அணுக முடியும்; குறிப்பிட்ட தொலைவுக்கு நெருங்கிச் செல்ல முடியும் என்று எனக்குத் தோன்றியது.

தோலவிரா, லோதல், ராகிகரி உள்ளிட்ட பல்வேறு தொல்லியல் தளங்களுக்குப் பயணித்தேன்; மதிப்புவாய்ந்த வரலாற்று ஆய்வாளர்கள், தொல்லியலாளர்கள், மொழியியலாளர்கள், கல்வெட்டியலாளர்கள், சிந்துவெளி நாகரிகம் சார்ந்து ஆய்வுசெய்து ஆராய்ச்சிக் கட்டுரைகள் எழுதியவர்கள் எனப் பல அறிஞர்களைத் தொடர்ந்து சந்தித்தேன். இந்த வேளையில்தான் ஹரப்பர்கள் யார் என்ற கேள்வியும் இந்தியாவின் முதல் உழவர்கள் யார் என்ற கேள்வியும் கிட்டத்தட்ட ஒன்று என்பதை உணர்ந்தேன்.

ஏனென்றால், தொல்லியல் ஆதாரங்களின்படி, பாகிஸ்தானின் பலூசிஸ்தான் மாகாணத்திலுள்ள மெஹர்கர் (Mehrgarh) என்ற இடத்தில் 9,000 ஆண்டுகளுக்குமுன் வேளாண்மை தொடங்கி, வடமேற்கு இந்தியா முழுமைக்கும் வேகமாகப் பரவியதை அறியமுடிகிறது. கிராமங்கள் அப்போதுதான் உருவாகத் தொடங்கின. பிறகு சிந்துவெளி நகரங்கள் மேலெழுந்தன.

ஆக, சிந்துவெளி நாகரிகம் என்பது 9,000 ஆண்டுகளுக்குமுன்- அதாவது பொ.ஆ.மு. 7,000-ஏற்பட்ட வேளாண் புரட்சியின் இயல்பான தொடர்ச்சியே. அதனால்தான், ஹரப்பர்கள் யார் என்ற கேள்வியுடன் இந்தியாவின் முதல் உழவர்கள் யார் என்ற கேள்வி முக்கியத்துவம் பெற்றது. இந்தியாவின் முதல் உழவர்கள் யார் என்ற கேள்விக்கான விடையை, முதல் இந்தியர்கள் யார் என்று தெரியாமல் அறிய முடியாது.

தொடக்கத்தில் நான் நினைத்திருந்ததைவிட நூலின் எல்லை இப்படி விரிந்துகொண்டே சென்றது. நூலின் பாதித் தொலைவுவரை வந்துவிட்ட பிறகு, பல்வேறு புலங்களைச் சேர்ந்த தரவுகள், தகவல்கள் கடலெனச் சேர்ந்துவிட்டதால் இந்த நூலை எழுதி முடிக்க முடியாது என்றே எனக்குத் தோன்றியது. அப்போதுதான் உலகின் பெரும் மக்கள்தொகைக் குழுக்கள் எப்படித் தோன்றின என்ற கேள்விகளுக்கு விடை அளிக்கும் முற்றிலும் புதிய துறையான 'மக்கள் தொகை மரபணுவியல்' (population genetics) குறித்து அறிந்தேன்; அது என்னை ஈர்த்தது.

மக்கள்தொகை மரபணுவியல் சார்ந்து வெளியான ஆராய்ச்சிக் கட்டுரைகளை வாசிக்கத் தொடங்கினேன்; உலகம் முழுவதுமுள்ள மக்கள்தொகை மரபணுவியலாளர்களைத் தொடர்பு கொண்டு, அந்த

ஆராய்ச்சிக் கட்டுரைகள் குறித்து விவாதித்தேன். தொடக்க கட்டத்தில் வெளியான சில ஆய்வு அறிக்கைகளின் முடிவுகள் முரணாக இருந்தன.

ஆனாலும், முன்பு வாழ்ந்த மக்கள்தொகையின் மரபணுக்களுடன் தற்போதுள்ள மக்கள்தொகையின் டிஎன்ஏவை ஒப்பிட்டு ஆராய்வதன் மூலம், அவற்றுடன் நெருங்கிய தொடர்புடைய, தொடர்பே இல்லாத மக்கள்தொகைக் குழுக்கள் எவையெவை என்று கண்டறிய முடிந்தது. அந்தக் கண்டறிதல் புதிய ஒளி பாய்ச்சுவதாக இருந்தது.

அதேநேரம் டிஎன்ஏ ஆய்வுகளை மட்டும் வைத்து, 'யார், எங்கு, எப்போது இடம்பெயர்ந்தார்கள்' என்பதைக் கண்டறிய முடியாது. அதனால், இடப்பெயர்வு சார்ந்த கேள்விகளுக்கு இந்த ஆய்வுகள் மூலம் பதில் கிடைக்கவில்லை. ஆனால், பல்லாயிரம் ஆண்டுகளுக்கு முன் வாழ்ந்த மக்களுடைய டிஎன்ஏவைப் படியெடுத்து (extract) பகுத்து ஆராயக்கூடிய முறை, சில ஆண்டுகளுக்கு முன்னர்தான் கண்டுபிடிக்கப்பட்டது. இது மக்கள்தொகை மரபணுவியல் ஆராய்ச்சியில் பெரும் பாய்ச்சலாகக் கருதப்பட்டது; நிலைமை முற்றிலும் மாறியது.

ஒரு தொல்லியல் தளத்தின் பல அடுக்குகளில் கிடைக்கும் பல்வேறு காலகட்டங்களைச் சேர்ந்த டிஎன்ஏவைச் சேகரித்து ஆராயும் போது, ஒரு புதிய வம்சாவளி அங்கு இடம்பெயர்ந்து, காலப்போக்கில் அந்த இடத்தின் மக்கள்தொகையை மாற்றியமைத்த காலகட்டத்தைத் துல்லியமாகக் கணிக்க முடிந்தது.

கடந்த சில ஆண்டுகளில், உலகம் முழுக்க ஆயிரக்கணக்கான பண்டைய டிஎன்ஏ மாதிரிகள் படியெடுக்கப்பட்டு ஆய்வு செய்யப்பட்டிருக்கின்றன. இவற்றின் முடிவுகளை வைத்து யார், எங்கு, எப்போது இடம்பெயர்ந்தார்கள், அவற்றின் மூலம் உலகின் பெரிய மக்கள்தொகைக் குழுக்கள் எப்படித் தோன்றின என்பன குறித்த துல்லியமான வரைபடத்தை உருவாக்க முடிந்திருக்கிறது.

மக்கள்தொகை மரபணுவியலில் நான் கவனம் செலுத்தத் தொடங்கிய காலத்துக்கு முன்பாகவே தொல்லியல், மொழியியல், கல்வெட்டியல், வரலாறு உள்ளிட்ட துறைகள் சார்ந்த பெரும்பாலான தரவுகளைச் சேகரித்து முடித்திருந்தேன். எனவே, மனிதர்களின் தொடக்க காலம் குறித்து பல்வேறு துறைகளில் கண்டறியப்பட்ட முடிவுகளுடன், மரபணுவியலின் புதிய கண்டறிதல்கள் எப்படிப் பொருந்துகின்றன என்பதை என்னால் எளிதில் கண்டுகொள்ள

முடிந்தது. 65,000 ஆண்டுகளுக்குமுன் தொடங்கி வரலாற்றுக்கு முந்தைய காலம்வரை நிகழ்ந்த நான்கு பெரிய இடப்பெயர்வுகள், இன்றைய இந்திய மக்கள்தொகையை எப்படி நிர்ணயித்தன என்பதை என்னுடைய நூல் விவரிக்கிறது.

இந்தியத் துணைக்கண்டத்தில் உள் இடப்பெயர்வுகள் நடந்தனவா? அவை எவ்வளவு தொலைவுக்கு நீண்டிருந்தன?

வடமேற்கு இந்தியாவில் பரவிய வேளாண்மையே தன்னளவில் ஒரு உள் இடப்பெயர்வுதான். ஒரு பகுதியில் வேளாண்மை நடைபெறத் தொடங்கும்போது, மக்கள் அந்த இடத்தில் தங்குகின்றனர்; அப்போது முன்பைவிடக் குறிப்பிட்ட பகுதியில் மக்கள்தொகை அதிகரிக்கத் தொடங்கும். இது மற்ற பகுதிகளுக்கு இடப்பெயர்வை நிகழ்த்தி, அந்த மக்கள்தொகைக்கு மறுவடிவம் கொடுப்பதில் சென்று முடிகிறது. ஆகவே, உள் இடப்பெயர்வு என்பது எப்போதும் பெரிய இடப் பெயர்வுகளின் ஒரு பகுதிதான்.

பொ.ஆ.மு. 1900 வாக்கில் தொடங்கிய சிந்துவெளி நாகரிகத்தின் வீழ்ச்சிக்கும் உள் இடப்பெயர்வுகளுக்கும் தொடர்பு உண்டு. இன்றைக்கு வட இந்தியா, தென்னிந்தியா என்று அழைக்கப் படும் பகுதிகளுக்கு மக்கள் அப்போதுதான் நகர்ந்தார்கள். சிந்துவெளி நாகரிகத்தினர் புனிதங்களாகச் சுமந்துகொண்டிருந்த மொழி, பண்பாடு, நம்பிக்கை முறைகள், பழக்கவழக்கங்கள் ஆகியவற்றை இடப் பெயர்வின்போது சுமந்து சென்றார்கள்.

ஆகவேதான், இன்றைய இந்தியாவின் பல்வேறு பகுதிகளில் முற்றம் வைத்து வீடுகட்டுதல், மரங்களைப் புனிதமாகக் கருதுதல் போன்ற பண்பாட்டுச் சின்னங்களின் ஆதாரம், சிந்துவெளி நாகரிகத்தோடு ஒப்புமைப்படுத்திப் புரிந்துகொள்ளப்படுகிறது. இன்றைய இந்தியாவுடன் இணைந்திருக்கும் ஒரு பண்பாட்டுப் பசையாக ஹரப்பர்களையும் அவர்களுடைய நாகரிகத்தையும் கருதலாம். நாம் இன்றைக்குக் குழந்தைகளுக்குச் சொல்லும் பஞ்சதந்திரக் கதைகள், ஹரப்பர்கள் தங்கள் குழந்தைகளுக்குச் சொல்லத் தொடங்கியவையாக இருக்கக்கூடும். சிந்து வெளியின் சின்னம் ஒன்றில் பானையில் கல்லைப் போடும் காக்கை ஒன்றின் சித்திரம் உள்ளது. தங்கள் மொழிகளையும் பண்பாட்டையும் அவர்கள் பரப்பினார்கள். எர்லி இந்தியன்ஸ் முன்வைத்திருப்பதைப் போல், அவர்கள் பூர்வ-திராவிட மொழியைப் பேசியிருக்கக்கூடும்.

பொ.ஆ.மு. 2000-1500 காலகட்டத்தில் மத்திய ஆசியாவில் இருந்து வட இந்தியாவுக்கு இடம்பெயர்ந்தவர்களால் மொழி மாற்றம் ஏற்பட்டது. இந்தோ-ஐரோப்பிய மொழி அல்லது தொடக்க நிலை சம்ஸ்கிருதம் அல்லது பிராகிருதம் என்று கருதப்படும் மொழிகளை ஆரியர்கள் கொண்டுவந்தார்கள். அவர்களுடைய இடப்பெயர்வு ஒப்பீட்டளவில் தென்னிந்தியாவில் குறைவாக இருந்ததால், ஹரப்பர்களின் மொழி தென்னிந்தியாவில் செழித்தது. தமிழ், மலையாளம், தெலுங்கு, கன்னடம் உள்ளிட்ட திராவிட மொழிகள் இன்றைக்கு இந்திய மக்கள்தொகையில் ஐந்தில் ஒரு பங்கு மக்களால் பேசப்படுகின்றன.

இந்தியாவில் மிகவும் குறிப்பிடத்தக்கதாக ராகிகரியில் பண்டைய மரபணு சார்ந்த ஆராய்ச்சியை மேற்கொண்ட வசந்த் ஷிண்டே, நீரஜ் ராய் ஆகியோர் தங்கள் ஆய்வு முடிவுகளுக்கு முரணான தகவல்களைச் செய்தியாளர் சந்திப்பில் கூறியது சர்ச்சையானது. இதற்கு அரசியல் அழுத்தம், அரசியல் சார்பு காரணமாக இருக்கும் என்று நினைக்கிறீர்களா?

2019இல் வெளியான இரண்டு மரபணுவியல் ஆராய்ச்சிக் கட்டுரைகள் ஒரே முடிவுகளை எட்டி ஒன்றுக்கு மற்றொன்று ஆதரவாகத் திகழ்கின்றன: ஒன்று, 65,000 ஆண்டுகளுக்குமுன் ஆப்பிரிக்காவில் இருந்து வெளியேறி இந்தத் துணைக்கண்டத்துக்கு இடம்பெயர்ந்த முதல் இந்தியர்களும் ஈரானின் ஸாக்ரோஸ் மலைப்பகுதியைச் சேர்ந்த உழவர் குழுவுமே வடமேற்கு இந்தியாவில் வேளாண் புரட்சியைத் தொடங்கி, சிந்துவெளி நாகரிகத்தைத் தோற்றுவித்த மக்கள் குழு என்பது; இரண்டு, மத்திய ஆசியப் புல்வெளிப் பகுதி எனப்படும் இன்றைய கஸகஸ்தான் பகுதியைச் சேர்ந்தவர்கள் (ஆரியர்கள்), இந்தோ-ஐரோப்பிய மொழிகளுடன் பொ.ஆ.மு. 2000 முதல் 1500க்குள் கணிசமான அளவில் இந்தியாவுக்கு இடம்பெயர்ந்தார்கள். சுருக்கமாகச் சொன்னால், சிந்துவெளி நாகரிகம் என்பது இந்தோ-ஐரோப்பிய மொழிகள் இந்தியாவுக்கு வருவதற்கு முந்தையது அல்லது ஆரியர்களுக்கும் முந்தையது.

ஆனால், பெரும்பாலான ஊடகங்களில் வெளியான செய்திகள் இதற்கு நேர்மாறாக இருந்தன: ஹரியாணாவின் ராகிகரியிலுள்ள சிந்துவெளித் தொல்லியல் தளத்தில் பெறப்பட்ட டிஎன்ஏ மாதிரியில் ஆரிய வம்சாவளித் தொடர்பு இல்லை; ஆகவே, ஆரியர்கள்

இடப்பெயர்ந்தவர்கள் அல்லர் என்று அந்தச் செய்திகள் கூறின. இது முற்றிலும் திரிக்கப்பட்ட, தவறான வரலாற்று விளக்கம்.

சிந்துவெளி டிஎன்ஏவில் ஆரிய வம்சாவளித் தொடர்பில்லை என்ற தகவல், ஆரியர்கள் சிந்துவெளி நாகரிகம் செழித்திருந்த காலத்தில் அங்கு வாழ்ந்திருக்கவோ, அங்கு வாழ்ந்த மக்களுடன் கலந்திருக்கவோ இல்லை; அவர்கள் அதற்குப் பிற்பாடு வந்தவர்கள்தான் என்பதை வலுவான ஆதாரத்துடன் தெளிவுபடுத்துகிறது. அதேநேரம் இன்றைய இந்தியர்களின் டிஎன்ஏவில் ஆரிய வம்சாவளித் தொடர்பு இருக்கிறது என்பதில் சந்தேகமில்லை.

இந்தியாவில் வரலாறு, அறிவியல் இரண்டுக்கும் பரவலான வரவேற்பு இருந்ததில்லை. ஆனால், கடந்த ஆண்டு நிலைமை மாறியதாகத் தெரிகிறது. இதற்கு என்ன காரணம் என்று நினைக்கிறீர்கள்?

இந்தியாவில் தொல்பழங்காலம் அரசியல் விவாதமாக மையம் கொண்டிருப்பதற்கு, யார் பெரியவர் என்ற போட்டி மிகுந்த ஒரு களமாக அது இருப்பதுதான் காரணம். பல்வேறு தரப்புகள் தங்களைத் தக்கவைத்துக்கொள்ள வேறுபட்ட வரலாறுகளைப் பயன்படுத்திக் கொள்ள நினைக்கின்றன. தேசம் குறித்த நம்முடைய சிந்தனை என்பது முன்பு எப்போதையும்விட இன்றைக்குப் போட்டிமிகுந்த ஒன்றாக மாறியிருக்கிறது. அதனால்தான், தொல்பழங்காலம் குறித்த புரிதல் இந்தியாவில் இன்றைக்கும் ஒரு யுத்தகளத்தை ஒத்திருக்கிறது.

தேசம் குறித்த இரண்டு வெவ்வேறு கருத்தாக்கங்களுக்கு இடையிலான மோதலில், தொல்பழங்காலத்தை அடிப்படையாகக் கொண்டு இன்றைக்கு நாம் போராடிக்கொண்டிருக்கிறோம். தேசம் குறித்த முதல் கருத்தாக்கம் சாதி, மதம், மொழி, இடம் என எல்லாவற்றையும் உள்ளடக்கி ஒவ்வொருவரையும் இந்தியன் என்ற ஒரே புள்ளியில் இணைத்து, காலனி ஆதிக்கத்தை எதிர்த்த விடுதலைப் போராட்ட காலம் தொட்டுத் தொடர்ந்துவருகிறது.

இதற்கு மாறாக, கடந்த ஒரு நூற்றாண்டாகத் தேசம் குறித்து முன்வைக்கப்படும் இரண்டாம் கருத்தாக்கமோ, நம்முடைய தேசத்தைப் பெரும்பான்மை மதத்தின் அடிப்படையில் மட்டுமே வரையறுத்து, மற்ற சமூகங்களை அதிலிருந்து விலக்கிவைக்கிறது. தேசம் குறித்த முதல் கருத்தாக்கம் தாஜ்மகாலை தேசியச் சின்னமாகவும் காந்தியைத் தேசத் தந்தையாகவும் முன்னிறுத்தியது; அதேவேளை,

இரண்டாம் கருத்தாக்கமோ தாஜ்மகாலை தேசிய அவமானமாகவும் காந்தியை வில்லனாகவும், அவரைப் படுகொலை செய்த கோட்சே வைக் கதாநாயகனாகவும் முன்னிறுத்துகிறது.

இந்த இரு கருத்தாக்கங்களுக்கும் இடையிலான மோதலில், தொல் பழங்காலம் ஓர் ஆடுகளமாக உள்ளது. ஏனென்றால், சிறுபான்மை மதங்களை விலக்கி வைக்கும் தரப்பினர், உலகிலுள்ள மற்ற மக்கள்தொகைக் குழுக்களைப் போலவே இந்தியர்களும் பல்வேறு இடப்பெயர்வுகளால் உருவானவர்கள்தான் என்ற வரலாற்று-அறிவியல் உண்மையை ஏற்றுக்கொள்ள மறுக்கிறார்கள்.

சிந்துவெளிக்கும் திராவிட இன மக்களுக்கும் நேரடித் தொடர்பு உள்ளதா?

திராவிடமும் ஆரியமும் இனங்கள் அல்ல என்பதை முதலில் நாம் புரிந்துகொள்ள வேண்டும்; இரண்டுமே மொழிக் குடும்பங்கள். திராவிடர் என்ற சொல் திராவிட மொழிகளைப் பேசும் சமுதாயத்தைச் சேர்ந்தவர்களைச் சுட்டுகிறது. இந்தோ-ஐரோப்பிய மொழிக் குடும்பத்தின் துணைக்குழுவான இந்தோ-ஆரிய மொழிகளைப் பேசும் குழுவைச் சேர்ந்தவர்கள் ஆரியர் என்று தங்களுக்குப் பெயர் சூட்டிக் கொண்டார்கள்.

அதனால் இது இனம் சார்ந்த கேள்வியல்ல, மொழி சார்ந்ததே. அந்த வகையில், ஹரப்பர்கள் பேசியது இன்றைய திராவிட மொழிகளான தமிழ், மலையாளம், தெலுங்கு, கன்னடம் உள்ளிட்ட மொழிகளின் மூதாதை மொழி அல்லது பூர்வ-திராவிட மொழி. இது மரபணுவியல், மொழியியல், தொல்லியல் ஆகிய துறைகளில் மேற்கொள்ளப்பட்ட ஆய்வுகளிலிருந்து கிடைத்த வலுவான ஆதாரங்கள் மூலம் உறுதியாகிறது.

மிகச் சிறந்த அறிஞரும் கல்வெட்டியலாளருமான மறைந்த ஐராவதம் மகாதேவன், வெகுகாலத்துக்கு முன்பே தன் உள்ளுணர்வால் இதைத் தெரிந்துகொண்டிருந்தார். சிந்துவெளி மரபுகள் வட இந்தியா வுக்கும் தென்னிந்தியாவுக்கும் பொதுவாக இருக்கும் அதேநேரம், அதன் மொழி வளம் இன்றைக்குத் தென்னிந்தியாவிடம் தான் உள்ளது.

நன்றி: இந்து தமிழ் திசை (28.01.2020)

3
பின்னுரை

இந்தக் குறுநூலில் மனித குலத்தில் தோன்றிய ஒன்பது வகையான பண்பாட்டுப் படிநிலைகளைக் கண்டோம். அவற்றை 14 வகையான வரலாற்றுக் கருத்தினங்களைக் கொண்டு புரிந்து கொண்டோம். அப்புரிதலின் சாரம் இதுதான். தமிழ் மரபின் இயல்முறை வளர்ச்சி (orthogenic development) ஐந்திணைகளில் தோன்றினாலும், சங்க காலத்தின் பிற்பகுதியிலேயே வடமரபின் அயல்முறை இணைப்பு (heterogenic assimilation) இங்கு ஏற்பட்டது.

இந்தியத் தேசம் என்பது பன்மியம் மிகுந்த நாடு. ஏழு மொழிக் குடும்பங்கள் உள்ள நாடு. உலகிலேயே அதிகமான அகமணச் சமூகங்கள் உள்ள நாடு. இங்கு 4635 அகமணச் சமூகங்கள் உள்ளன. இந்தப் பன்மியங்களை ஒன்றிணைத்துப் பண்பாட்டு வரலாறு எழுத முயலும்போது அது பல புள்ளிகள் நிறைந்த சிக்குக் கோலமாகவே காட்சியளிக்கிறது. குறுக்கும் நெடுக்குமாகப் பல புள்ளிகளை இணைத்தால் மட்டுமே இதன் பண்பாட்டு வரலாறு நம் காட்சிக்குத் தென்படுகிறது. ஒரு நேர்க்கோட்டு வரலாறு சாத்தியமில்லை.

தமிழகத்தில் இன்றுள்ள 209 அகமணச் சமூகங்கள் ஒவ்வொன்றும் ஒரு பண்பாட்டைக் கொண்டிருக்கிறது. இங்கு 209 உட்பண்பாடுகள் உள்ளன என்று பொருள். இவை அனைத்திற்குமுள்ள பொது அம்சங்களே தமிழ்ப் பண்பாகும். பொதுமைப்பாடுகள் ஒரு பகுதி என்றாலும், தனித்தன்மைகள் மறு பகுதியாகும். பண்பாட்டு வரலாற்றில் இவையிரண்டும் சம பங்கு பெறுகின்றன.

இனி இனவரலாற்றுக்கு வருவோம். சென்னையிலிருந்து 69 கிமீ தொலைவிலுள்ள அத்திரம்பாக்கம்தான் இந்தியாவிலேயே மிகவும்

பழமையான கற்கால மக்கள் வாழ்ந்த இடம். இதன் காலம் 1.51 மில்லியன் ஆண்டுகள். அண்மையில் தொல்லியல் அறிஞர் சாந்தி பப்பு அத்திரம்பாக்கத்தில் 3,85,000 ஆண்டுகள் பழமையான கற்கருவிகளைக் கண்டறிந்தார். ஆப்பிரிக்காவிலிருந்து நவீன மனிதன் எனக்கூடிய 'ஹோமோ செப்பியன்' கிளம்பியதற்கு முன்பே ஆதி வகையின மனிதர்கள் கிளம்பி, புலம்பெயர்ந்து, தெற்காசியப் பகுதிக்கு 1,20,000 பொ.ஆ.மு.* ஆண்டுகள் வாக்கில் வந்தடைந்தனர். இவர்களைத் தெற்காசிய வேட்டையாடி உணவு சேகரிக்கும் மக்கள் (South Asian Hunter-gatherers) என இங்கு நாம் கவனப்படுத்திக் கொள்ள வேண்டும்.

இந்த ஆதி மனிதர்களுக்குப் பின்னர், ஆப்பிரிக்காவிலிருந்து நவீன மனிதர்கள் (ஹோமோ செப்பியன்) கிளம்பி இடம்பெயரத் தொடங்கினார்கள். இவர்கள் தெற்காசியாவிற்கு (இந்தியா உட்பட) 65,000 பொ.ஆ.மு. வந்தடைந்தனர். இது அண்மைக்கால மரபணு (DNA) ஆய்வுகளின் அடிப்படையில் கண்ட முடிவாகும் (ஜோசப், டோனி 2018: 17).

இன்றைய தென்னிந்திய மக்களின் நேர் மூதாதையர் சிந்துவெளி மக்களே. இந்தச் சிந்துவெளி மக்கள் எனக்கூடியவர்கள் ஈரான் நாட்டின் சாக்ரோஸ் (Zagros) பகுதியிலிருந்து கிளம்பிய பண்டைய விவசாயிகள் ஆவார்கள். இவர்கள் சிந்துவெளிக்கு 8000 பொ.ஆ.மு. வந்தடைந்தனர்.

சிந்துவெளிக்கு வந்த இவர்களும், இதற்கு முன்பே இங்கு வாழ்ந்து கொண்டிருந்த தெற்காசிய வேட்டையாடி உணவு சேகரிக்கும் மக்களும் (Ancient Ancestral South Indians - AASI) ஒன்று கலக்கும் சூழல் சிந்து வெளியில் 4700 பொ.ஆ.மு. காலப்பகுதியில் உருவானது. இவ்விரு மக்களின் இணைப்பால் உருவானவர்கள் பின்னர் தெற்கு நோக்கிப் புலம்பெயர்ந்தனர். மரபணு ஆய்வில் இவர்கள் 'ஆதி தென்னிந்திய மக்கள்' (Ancestral South Indians - ASI) எனப்படுவர். சிந்துவெளிக்கு வந்தடைந்த ஈரானிய விவசாயிகளும், இவர்களுக்கு முன்பிருந்த வேட்டையாடி உணவு சேகரிக்கும் மக்களும் கலப்புற்ற காலம் 4700-4300 பொ.ஆ.மு. ஆகும் (மேலது: 181).

ஹரியானா மாநிலம் ராக்கிகார்ஹி (Rakhigarhi) எனுமிடத்தில் 2019இல் மேற்கொள்ளப்பட்ட அகழாய்வும், அங்குக் கிடைத்த

* BCE - Before Common Era *(பொ.ஆ.மு: பொது ஆண்டுக்கு முன்பு)*

எலும்புக்கூடுகளை மரபணு முறையில் செய்த ஆய்வும் மிக முக்கியமானதாகும். வசந்த் ஷிண்டே என்பவரும், வாகீஷ் நரசிம்மன் என்பவரும் மேற்கொண்ட இந்த ஆய்வில் ராக்கிகார்ஹி மரபணுக்கள் ஆதி தென்னிந்திய மூதாதையர்களின் மரபணுக்களை ஒத்திருப்பதைக் கண்டறிந்தனர் (நரசிம்மன், இன்னும் சிலர் 2018). இந்த வகை மரபணுக்கள் இன்று நீலகிரியில் வாழும் இருளர் பழங்குடி மக்களிடம் இருப்பதையும் கண்டறிந்தனர். ராக்கிகார்ஹி சிந்துவெளியின் தொடர்ச்சியாக அமைந்துள்ள பகுதி என்பதால் இங்குத் திராவிட மொழி பேசியவர்களே ஆதியில் வாழ்ந்தனர் என்பது நிரூபண மாகிறது. இன்றைய நீலகிரி இருளர்கள் ராக்கிகார்ஹி மக்களின் வழி வந்தவர்கள் என்பதும் உறுதியாகிறது.

இன்றைய தென்னிந்தியர்களின் ஆதி வரலாறு போலவே, இன்றைய வடஇந்திய மக்களுக்கும் ஓர் ஆதி வரலாறு உண்டு. இன்றைய வட இந்திய மக்களின் (ஆரியர்) தொல் மூதாதையர்கள் யூரேசிய ஸ்டெப்பி சமூகத்தவர்கள் (Eurasian Steppe communities) ஆவார்கள். இவர்கள் மத்திய ஆசியப் பகுதி வழியாக சிந்துவெளிப் பகுதிக்கு வந்தடைந்தனர். இவர்கள் கசக் ஸ்டெப்பிகளிலிருந்து (Kazakh Steppe) தென்மத்திய ஆசியாவிற்கு வந்தார்கள். அதாவது, இன்றைய துர்க்மெனிஸ்தான், உஸ்பெகிஸ்தான், டஜிகிஸ்தான் ஊடாக 2100 பொ . ஆ. மு. வந்தார்கள் (ஜோசப், டோனி 2018: 167).

‘ஸ்டெப்பி’ என்பது ஐரோப்பா முதல் சீனா வரை 8000 கிமீ தொலைவு பரவியுள்ள பகுதி. இதில் பரந்த புல்வெளி, புதர்க்காடுகள், சவான்னா உள்ளிட்ட சதுப்புப் பகுதி ஆகியவற்றைக் கொண்டதாகும். இப்பகுதியில் வாழ்ந்த யாம்னாய ஸ்டெப்பிச் சமூகத்தாரே (Yamnaya Steppe communities) சிந்துவெளிக்கு 2100 பொ.ஆ.மு. வந்தடைந்தனர். இவர்களே வடஇந்திய மக்களின் மூதாதையர் (Ancestral North Indians—ANI) என்று மரபணு ஆய்வாளர்களால் அழைக்கப்படுவர். இவர்களின் வழிவந்தவர்களே இன்றைய வடஇந்தியர்கள் (மேலது: 167-175).

உசாத்துணை

கீதா, வ. & தர்மராஜன், டி. 2009. உள்ளூர் வரலாறுகள். சென்னை: பாரதி புத்தகாலயம்.

சிவசுப்பிரமணியன், ஆ. 2002. அடித்தள மக்கள் வரலாறு. சென்னை: மக்கள் வெளியீடு.

____. 2008. வரலாறும் வழக்காறும். நாகர்கோவில்: காலச்சுவடு பதிப்பகம்.

சுப்பிரமணியன், தி. 2016. தொல்பழங்காலம். சென்னை: என்சிபிஎச்.

____. 2017. முரசுப் பறையர். புத்தாநத்தம்: அடையாளம்.

தில்லைநாதன், ஞா. 2005. மட்டக்களப்புச் சமூக அமைப்பில் குடிமுறைமை. முதுகலைத் தத்துவமானி ஆய்வேடு, யாழ்ப்பாணப் பல்கலைக்கழகம்.

நடராசன், தி.சு. 2008. தமிழகத்தில் வைதீக சமயம். சென்னை: என்சிபிஎச்.

பக்தவத்சல பாரதி. 2013. வரலாற்று மானிடவியல். புத்தாநத்தம்: அடையாளம்.

____. 2014. திராவிட மானிடவியல். நாகர்கோவில்: காலச்சுவடு பதிப்பகம்.

____. 2015. பாணர் இனவரைவியல். புத்தாநத்தம்: அடையாளம்.

____. 2017. பண்பாட்டு உரையாடல். புத்தாநத்தம்: அடையாளம்.

____. 2018. சாதியற்ற தமிழர், சாதியத் தமிழர்: சாதிக்கு முந்தைய பிந்தைய தமிழ்ச் சமூகம். சென்னை: பாரதி புத்தகாலயம்.

பரமசிவன், தொ. 2001. பண்பாட்டு அசைவுகள். நாகர்கோவில்: காலச்சுவடு பதிப்பகம்.

பன்னீர்செல்வம், மணிகோ. 2009. குறவர் பழங்குடி. புதுச்சேரி: வல்லினம்.

பாலகிருஷ்ணன், ஆர். 2016. சிந்துவெளிப் பண்பாட்டின் திராவிட அடித்தளம். சென்னை: ரோஜா முத்தையா ஆராய்ச்சி நூலகம்.

மகாதேவன், ஐராவதம். 2010 சிந்துவெளிப் பண்பாடும் சங்க இலக்கியமும் நாகரிகமும். சென்னை: செம்மொழித் தமிழாய்வு மத்திய நிறுவனம்.

மார்க்ஸ், அ. 2019. பின்நவீன நிலை: இலக்கியம், அரசியல், தேசியம். புத்தாநத்தம்: அடையாளம்.

மாற்கு. 2001. அருந்ததியர்: வாழும் வரலாறு. பாளையங்கோட்டை: நாட்டார் வழக்காற்றியல் ஆய்வு மையம்.

முகில்நிலவன் (தொ-ர்). 2010. குற்றப் பரம்பரை அரசியல். மதுரை: பாலை வெளியீடு.

ராஜன், கா. 2006. தொல்லியல் நோக்கில் சங்ககாலம். சென்னை: உலகத் தமிழாராய்ச்சி நிறுவனம்.

Ambedkar, B.R. 1968. *Annihilation of Caste.* Jullundar: Bheem Patrika Publications.

Anderson, B. 1983. *Imagined Communities: Reflections on the Origin and Spread of Nationalism.* London: Verso Books.

Balakrishnan, R. 2019. *Journey of a Civilization: Indus to Vaigai.* Chennai: Roja Muthiah Research Library.

Bellwood, Peter (ed.). 2013. *The Global Prehistory of Human Migration*: John Willey & Sons.

Deliege, Robert. 1997. *The World of the 'Untouchables': Paraiyars of Tamil Nadu.* Delhi: Oxford University Press.

Genichi, Yamasazaki. 1997. 'Social Discrimination in Ancient India and its Transition of the Medieval Period.' In *Caste System, Untouchability and the Depressed, Japanese Studies on South India,* ed. by H. Kotani. New Delhi: Manohar.

Herman, Kulke. 1993. *Kings and Cults.* New Delhi: Manohar.

Joseph, Tony. 2018. *Early Indians: The Story of Our Ancestors and Where We Came From.* New Delhi: Juggernaut.

___. 2018. 'The Reshaping of Human History.' *The Hindu* 22.04.2018.

Karashima, Noboru. 1984. *South Indian History and Society: Studies from Inscriptions-AD 850-1300.* Delhi: Oxford University Press.

Kosambi, D.D. 1956. *An Introduction to the Study of Indian History.* Bombay: Popular Prakashan.

Moffat, Michael. 1979. *An Untouchable Community in South India: Structure and Consensus.* Princeton: Princeton University Press.

Moorjani, Priya *et al.* 2013. 'Genetic Evidence for Recent Population Mixture in India.' *American Journal of Human Genetics.* 93, 3: 422-38.

Narasimhaiah, B. 1980. *Neolithic and Megalithic Culture in Tamil Nadu.* New Delhi: Sandeep Prakashan.

Narasimhan, Vagheesh M. *et al.* 2018. 'The Genome Formation of South and Central Asia.' *bioRxiv* (March 31, 2018) 15. https: doi. org10. 1101/292581.

Narayanan, M.G.S. 1987. 'The Vedic, Puranic, Sastraic Elements in Tamil Sangam Society and Culture'. In *Essays in Indian Art, Religion and Society,* ed. by K. M. Srimali. New Delhi.

Pandian, Anand. 2020 (2009). *Crooked Stalks: Cultivating Virtue in South India.* New Delhi: Oxford University Press.

Possehl, Gregory L. 2003. *The Indus Civilization: A Contemporary Perspective.* New Delhi: Vistaar Publications.

Radhakrishna, Meena. 2001. *Dishonoured by History: 'Criminal Tribes' and British Colonial Policy.* New Delhi: Orient Longman.

Reich, David. 2018. *Who We Are and How We Got Here.* Oxford: Oxford University Press.

Richman, Paula. 1991. *Many Ramayanas: The Diversity of a Narrative Tradition in South Asia.* Berkeley: University of California Press.

Shinde, Vasant. 2016. 'Current Perspecties on the Harappan Civilization.' In *A Companion to South Asia in the Past,* ed. by S.R. Walimbe and G.R. Schug. Sussex: John Wiley.

Singh, K.S. 1985. *Tribal Society in India: An Anthropo-Historical Perspective.* New Delhi: South Asia Books.

___. 1992. *People of India: An Introduction.* Calcutta: Anthropological Survey of India.

Southworth, F.C. 2005. *Linguistic Archaeology of South Asia*. London: Routledge Curzon.

Southworth, F.C. and McAlpine, D.W. 2013. 'South Asia: Dravidian Linguistic History.' In *Encyclopedia of Global Human Migration*. Blackwell Publishing Ltd.

Spencer, W. George. 1969. Religious Network and Royal Influence in Eleventh Century in South India. *Journal of Economic and Social History of Orient,* No.12.

Thapar, Romila. 2018. *Indian Cultures as Heritage*. New Delhi: Aleph.

☙❧